सर्वस्पर्शी

डॉ. बाबासाहेब...

चतुरस्र व्यक्तिमत्त्वाचा वेध

संपादक : दयानंद माने

सर्वस्पर्शी डॉ. बाबासाहेब... चतुरस्र व्यक्तिमत्त्वाचा वेध
© सकाळ, २०२३

Sarvasparshi Dr. Babasaheb… Chaturasra Vaktimattvacha Vedh
© Sakal, 2023

प्रथम आवृत्ती	:	ऑगस्ट, २०२३
प्रकाशक	:	सकाळ मीडिया प्रा. लि.
		५९५, बुधवार पेठ, पुणे-४११ ००२
संपादक	:	दयानंद माने
मुखपृष्ठ व मांडणी	:	सकाळ प्रकाशन टीम
विशेष साहाय्य	:	सकाळ मराठवाडा आवृत्ती टीम

ISBN	:	978-81-19311-22-4
संपर्क	:	०२०-२४४० ५६७८ / ८८८८८४९०५०
		sakalprakashan@esakal.com

उद्धरली कोटी कुळे... भीमा तुझ्या जन्मामुळे

एक ज्ञान ज्योतीने कोटी-कोटी ज्योती
तळपतात तेजाने तुझ्या धरती वरती
अंधार दूर तो पळे... भीमा तुझ्या जन्मामुळे

जखड बंद पायातील साखळदंड
तटा-तटा तुटले तू ठोकताच दंड
झाले गुलाम मोकळे... भीमा तुझ्या जन्मामुळे

कुजे वृक्ष तैसाच होता समाज
हिरवी-हिरवी पाने अन् तयालाच आज
अमृताची आली फळे... भीमा तुझ्या जन्मामुळे

धम्मचक्र फिरले गेला-गेला कलंक
ज्ञानदाता झाला आज रावास रंक
पंखी सुगंध दरवळे... भीमा तुझ्या जन्मामुळे

- वामनदादा कर्डक

प्रस्तावना

स्वातंत्र्यपूर्व व स्वातंत्र्यांनतरच्या नवभारताच्या उभारणीत घटनाकार डॉ. बाबासाहेब आंबेडकर यांचे जीवनचरित्र हे आधुनिक इतिहासाचे एक महान पर्व आहे. लोकशाहीचे त्राते आणि मानवी स्वातंत्र्याचे कैवारी ही त्यांची ओळख जगभरात अत्यंत महत्त्वाची अशी मानली जाते. स्वतःच्या बुद्धिमत्तेवर विसंबून राहून जो गाढ तपश्चर्येने, अलौकिक धैर्याने व अखंड अशा उद्योगशीलतेने उच्च ध्येयासाठी अविरत झगडतो. प्रचंड प्रतिकूल परिस्थिती असून आपल्या देशाला भविष्यवेधी व चांगला लोकशाहीप्रधान देश बनविण्यासाठी जो स्वतःला झोकून देतो, त्या महापुरुषाचे नाव म्हणजे डॉ. बाबासाहेब आंबेडकर. अशा डॉ. आंबेडकर यांच्या कार्याचा, त्यांच्या कर्तृत्वाचा, व्यक्तित्वाचा वेध विविध अंगांनी अनेकांनी घेतला आहे.

दरवर्षी त्यांच्या जीवनप्रवासाच्या टप्प्यांतील विविध दिवस, प्रजासत्ताक दिन, संविधान दिन, धम्मचक्र प्रवर्तन दिन अशा महत्त्वाच्या दिनांच्या निमित्ताने त्यांच्या अनेक निर्णयांचा आढावा व त्यांचा आजच्या प्रश्नांच्या अनुषंगाने महत्त्व सांगणारा आशय माध्यमे सातत्याने मांडत असतात. त्यांच्या महापरिनिर्वाणाला ६७ वर्षे पूर्ण झाल्यानंतरही जेव्हा-केव्हा देशाच्या राजकारणात एखादा राजकीय पेचप्रचंग उभा राहतो. तेव्हा-तेव्हा भारतीय राज्यघटनेत संबधित विषयासंदर्भातील तरतुदी, शिफारशी, घटना समितीने व डॉ. बाबासाहेबांनी नेमक्या काय करून ठेवल्या आहेत, त्याचा ऊहापोह देशभरातील अभ्यासक, विचारवंत, न्यायालये, माध्यमे सातत्याने करत असतात. त्यानिमित्ताने डॉ. बाबासाहेब आपल्या देशात सातत्याने आठवणीत राहत असतात. देशातील अनेक विचारवंतांपैकी खूप कमी विचारवंतांना असे सातत्याने चर्चेत राहण्याचे भाग्य लाभले आहे.

'सकाळ'च्या मराठवाडा आवृत्तीने डॉ. बाबासाहेब आंबेडकर व इतर महापुरुषांच्या जयंतीनिमित्त त्यांच्या कार्यावर प्रकाश टाकणारे लेख दरवर्षी सातत्याने प्रसिद्ध केले. २०१७ हे वर्ष डॉ. बाबासाहेब आंबेडकर यांच्या जयंतीचे १२५ वर्ष होते. या सव्वाशेव्या जयंतीच्या निमित्ताने सकाळच्या मराठवाडा आवृत्तीने डॉ. बाबासाहेबांच्या विविध क्षेत्रातील पैलूंवर प्रकाश टाकण्याचे ठरवले. त्यातूनच महाराष्ट्रातील पुरोगामी व आंबेडकरी चळवळीतील विचारवंतांकडून डॉ. बाबासाहेबांच्या विविध पैलूंवर लेख लिहून घेऊन 'भीमा तुझ्या जन्मामुळे' ही टॅबलॉईड आकाराची चोवीस पानी पुरवणी आकाराला आली. या लेखांमध्ये या लेखकमंडळींनी डॉ. बाबासाहेबांचे अनेक अप्रकाशित पैलू मांडले त्यामुळे ही पुरवणी अधिक दर्जेदार, वाचनीय व संग्राह्य अशी झाली. अनेक वाचकांनी या पुरवणीतील लेखांचा हा दस्तावेज पुस्तकाच्या स्वरूपात यावा, अशी इच्छा सकाळ प्रकाशनाकडे व्यक्त केली होती. त्याचाच एक भाग म्हणून या पुरवणीतील काही लेख व इतर काही अनुषंगिक लेखांचा संग्रह करून 'सर्वस्पर्शी डॉ. बाबासाहेब : चतुरस्र व्यक्तिमत्त्वाचा वेध' हे पुस्तक प्रकाशित होत आहे.

डॉ. बाबासाहेबांचे व्यक्तिमत्त्व विविधांगी होते. आपला देश राष्ट्र म्हणून कधी उदयाला आला इथपासून ते आजच्या ज्वलंत अशा भारतीय राष्ट्रवादापर्यंत चर्चा व वादविवाद झडत असतात. आज हिंदू राष्ट्रवाद टोकदार झालेल्या दिवसांत तर बाबासाहेबांची 'राष्ट्रकल्पना' हा विषय अत्यंत महत्त्वाचा ठरला आहे. हा विषय या पुस्तकात जळगावचे प्रा. देवेंद्र इंगळे यांनी फार विस्ताराने व महत्त्वाचे संदर्भ देऊन मांडला आहे. ज्येष्ठ विचारवंत दिवंगत डॉ. गंगाधर पानतावणे यांनी बाबासाहेब लोकशाहीचे कडवे पुरस्कर्ते कसे होते, हा विषय मांडला आहे. त्यात त्यांनी बाबासाहेबांना हा देश सदैव लोकशाहीप्रधान राहायला हवा. इथे कधीही अराजकता निर्माण होऊ नये. भारतातील लोक, सत्ताधारी व विरोधकांनी ही लोकशाही टिकविण्यासाठी सदैव सावध असले पाहिजे, अशी महत्त्वाची भूमिका मांडली आहे.

नागपूर येथील ज्येष्ठ आंबेडकरी विचारवंत यशवंत मनोहर यांनीही बाबासाहेबांचे बुद्ध धम्माविषयीचे तत्त्वज्ञान मांडण्याचा प्रयत्न 'बाबासाहेब आणि धम्म' या लेखात केला आहे. माजी कुलगुरू, स्वामी रामानंद तीर्थ मराठवाडा विद्यापीठ, नांदेड व ज्येष्ठ विचारवंत जनार्दन वाघमारे यांनी बाबासाहेबांचा व्यासंग व विद्वत्तेचा वेध घेतला आहे. जात नामशेष केल्याशिवाय भारतीय समाज खऱ्या अर्थाने एकसंध होणार नाही. जातिव्यवस्था नष्ट केल्याशिवाय राष्ट्राची खऱ्या अर्थाने निर्मिती होणार नाही, यावर ते ठाम होते. जातिविहीन व वर्गविहिन समाजरचनेचे ते पुरस्कर्ते होते. ब्राह्मणशाही व भांडवलशाही नामशेष केल्याशिवाय समताधिष्ठित समाज अस्तित्वात येणार नाही.

यावर ते ठाम होते. धर्म, तत्त्वज्ञान, तर्कशास्त्र, इतिहास, अर्थशास्त्र, समाजशास्त्र, राज्यशास्त्र, मानववंशशास्त्र, कायदा अशा अनेक विषयांत बाबासाहेब कसे निष्णात होते. हा विषय डॉ. वाघमारे यांनी फार विस्तृतपणे या पुस्तकात मांडला आहे.

शिक्षण व उच्चशिक्षण हे सर्वांत महत्त्वाचा विषय आहे. भारतासारख्या विकसनशील देशांत शैक्षणिक संशोधन व विकासावर भर दिला गेला पाहिजे, शिक्षण हे शाश्वत विकासाचे प्रभावी मूल्य आहे. त्यासाठी आपली विद्यापीठेही जागतिक दर्जांची झाली पाहिजेत, असा बाबासाहेबांचा आग्रह होता, नालंदा, तक्षशिला, विक्रमशिला या प्राचीन विद्यापीठांचा दर्जा आपणास पुन्हा मिळवायचा आहे, असे बाबासाहेब म्हणत. त्यांच्या विचाराने वाटचाल केल्यास भारत देश पुढील २५ वर्षांत महासत्ता निर्माण होऊ शकतो, असा आशावाद माजी कुलगुरू डॉ. प्रा. बी. ए. चोपडे यांनी त्यांच्या लेखात व्यक्त केला आहे.

बाबासाहेब शिक्षणाला केवळ आर्थिक विकासाचे साधन मानत नव्हते तर ते त्याला सामाजिक आणि राजकीय जागृतीचा मार्ग म्हणून पाहत होते. प्रत्येक व्यक्तीला शिक्षण मिळावे व त्या शिक्षणातून त्याचे सबलीकरण व्हावे आणि सबलीकरणातून त्याला मानसिक गुलामगिरी व अन्यायापासून मुक्ती मिळावी, एवढा प्रखर व जाज्वल उद्देश बाबासाहेबांच्या मनात होता. हा मुद्दा शिक्षण सहसंचालक डॉ. शैलेंद्र देवळाणकर यांनी आपल्या लेखातून मांडला आहे.

डॉ. बाबासाहेब आंबेडकर यांनी आपल्या विद्यार्थी दशेतच देशाच्या आर्थिक प्रश्नाचा अभ्यास सुरू केला होता. ते अर्थशास्त्राचे गाढे अभ्यासक व विद्यार्थी होते. त्यांच्या उच्च अशा डीएस्सी, एमएस्सी, पीएचडी या सर्व पदव्या अर्थशास्त्र या विषयाच्या आहेत. याचा अर्थ ते अर्थशास्त्राचे सखोल असे संशोधक व अभ्यासक होते. चलननिर्मितीच्या क्षमतेवर परिणामकारक नियंत्रण ठेवण्यासाठी त्यांनी त्यावेळी मांडलेले विचार आज एकविसाव्या शतकातही आवश्यक आहेत. आंतरराष्ट्रीय स्तरावर डॉलरच्या तुलनेत रुपयाची किंमत ही दिवसेंदिवस कमी होत आहे. यावरून हे स्पष्ट होते की, डॉ. आंबेडकरांनी भारतीय रुपया, चलननिर्मिती आणि भाववाढ या आर्थिक प्रश्नांबाबत मांडलेले विचार आजही अतिशय उपयुक्त व मोलाचे आहेत. बाबासाहेबांचा हा आर्थिक विचार आंबेडकरी विचारांचे अभ्यासक प्रा. डॉ. प्रदीप आगलावे यांनी फार सखोलपणे व संशोधकीय अंगाने मांडला आहे.

याशिवाय या पुस्तकात डॉ. सुधीर गव्हाणे, डॉ. प्रा. गौतम कांबळे, प्रा. सुशीला मूल-जाधव, प्रा. रविचंद्र हडसनकर, बी. व्ही. जोंधळे, डॉ. आदिनाथ इंगोले, प्रा. केशव देशमुख, भीमराव सरवदे, श्रीमंत कोकाटे, ॲड. राज कुलकर्णी, रमेश पांडव,

ताराचंद खांडेकर, प्रा. सविता कांबळे, प्रा. स्वाती काटे, पद्माकर उखळीकर या मान्यवर लेखकांनी डॉ. बाबासाहेब आंबेडकरांच्या विविधांगी व्यक्तिमत्त्वांचा वेध घेण्याचा प्रयत्न केला आहे. या सर्वांनी त्यांच्यातील संशोधकीय कौशल्याची ओळख देत डॉ. बाबासाहेबांच्या कार्यावर नव्याने प्रकाश टाकल्यामुळे या पुस्तकाचे वैविध्य खऱ्या अर्थाने सिद्ध झाले आहे. पुस्तकाचे नाव 'सर्वस्पर्शी डॉ. बाबासाहेब : चतुरस्र व्यक्तिमत्त्वाचा वेध' असे आहे. बाबासाहेबांच्या सर्वस्पर्शी व्यक्तिमत्त्वाला शोधण्याचा प्रयत्नच या पुस्तकांचा निमित्ताने झाला आहे, असे मला वाटते.

आज दुर्दैवाने देशभर व जगभर मानवी मूल्ये व लोकशाही राज्यप्रणालीचा संकोच करण्याचा काळ आला आहे. पाश्चिमात्य देश व आपला देशही आज वेगळ्या मानसिकतेतून जात आहे. आपला देश ज्या मूल्यांवर उभा आहे. त्या मूल्यांच्या कसोटीचा हा काळ आहे. अशा परिस्थितीत देशाने कशी वाटचाल करावी, याचे दिशादर्शन करू शकेल, एवढी ताकद डॉ. बाबासाहेब आंबेडकरांच्या विचारांत नक्की आहे. त्या विचारांचा वेध घेण्यात हे पुस्तक नक्की यशस्वी ठरेल, यात कोणतीही शंका नाही.

- दयानंद माने,
निवासी संपादक,
दै.सकाळ, छत्रपती संभाजीनगर

अनुक्रमणिका

विभाग १

'एकत्वाची भावना ही राष्ट्रीयत्वाची जननी होय.'

—डॉ. बाबासाहेब आंबेडकर

'आम्ही पहिले भारतीय आहोत आणि अंतिमत: भारतीयच आहोत!'

B. R. Ambedkar

१

बाबासाहेबांची 'राष्ट्रकल्पना'

आपल्या देशात राष्ट्रवादाची संकल्पना बहुश: विपरीत अर्थानेच उपयोगात आणली जाते. जसे की- भारत हे फार पूर्वीपासूनच 'राष्ट्र' म्हणून अस्तित्वात आहे, अशी काहींची धारणा असते. वसाहतिक राजवटीच्या काळात तर असा प्रघात होता, की 'वसाहतवादास विरोध' म्हणजेच 'राष्ट्रवाद' असे मानले जाई; तसेच धार्मिक-सांस्कृतिक उन्मादाला किंवा धर्मांध जमातवादी राजकारणाला 'राष्ट्रवाद' मानण्याचाही एक विपरीत प्रघात आहे. आता तर त्याला इतके विकृत वळण लागले आहे, की एखाद्याने एखादी घोषणा दिली नाही तेवढ्या करणावरून त्याला 'राष्ट्रद्रोही' म्हणून घोषित केले जाते. या सर्व पार्श्वभूमीवर डॉ. बाबासाहेब आंबेडकरांची राष्ट्रकल्पना समजून घेणे समयोचित ठरेल. त्यांनी आपल्या लेखनातून आणि भाषणांमधून 'राष्ट्र' आणि 'राष्ट्रवादा'संबंधी विपरीत धारणांची आणि भ्रमांची, इतिहासाचा आणि वास्तविक परिस्थितीचा हवाला देत सामाजिक शास्त्रांच्या अंगाने, सखोल चिकित्सा केली होती.

- प्रा. देवेंद्र इंगळे

भारत हे पूर्वापार अस्तित्वात असलेले राष्ट्र असल्याची कल्पना डॉ. बाबासाहेब आंबेडकरांनी पूर्णतः धुडकावून लावली होती. संविधान सभेला उद्देशून केलेल्या अखेरच्या भाषणात त्यांनी भूमिका मांडली होती, 'आपण एक राष्ट्र आहोत, यावर विश्वास ठेवणे म्हणजे जे अस्तित्वातच नाही ते अस्तित्वात आहे, असा समज बाळगण्यासारखे होईल. हजारो जातींमध्ये विभागलेल्या लोकांचे राष्ट्र कसे बनू शकते? सामाजिक आणि मानसिकदृष्ट्या अजूनही आम्ही एक राष्ट्र नाही याची आम्हाला जेवढ्या लवकर जाणीव होईल तेवढे ते आमच्या हिताचे ठरेल. त्यानंतरच एक राष्ट्र होण्याच्या गरजेचे महत्त्व आम्हाला कळेल.' (बाबासाहेब आंबेडकर रायटिंग अँड स्पीचेस, खंड १८, भाग ३, पृ. १७४-१७५) म्हणजेच जातिव्यवस्थेच्या अस्तित्वासह आपण राष्ट्र बनण्यास अपात्र आहोत. विभाजित समाज राष्ट्र बनण्यास अपात्र असतो. राष्ट्र बनण्याकरिता सामाजिक-मानसिक पातळीवरचे ऐक्य असावे लागते, असे सांगून त्यांनी काही अटींवर राष्ट्र बनण्याची आवश्यकता स्पष्ट केली होती.

भारत हे एक 'घडत असलेले' राष्ट्र

'भारत हे राष्ट्र नसून; ते घडत असलेले राष्ट्र आहे, असे डॉ. बाबासाहेब आंबेडकरांचे म्हणणे होते. त्यांनी असे म्हणण्याचे कारणही तितकेच ठोस होते. 'राष्ट्र' आणि 'राष्ट्रवाद' या संकल्पना निखळपणे 'पाश्चिमात्य' आणि 'आधुनिक' आहेत. ते एक असे घटित आहे जे युरोपातील प्रबोधनक्रांती, धर्मसुधारणांची चळवळ, वैज्ञानिक प्रगती, आधुनिक मूल्यप्रणाली, वसाहतींचा विस्तार, आधुनिक धर्मनिरपेक्ष शिक्षण, मुद्रणतंत्र, युरोपातील सत्तास्पर्धा, राजकीय क्रांत्या, लोकशाही राजवटी आणि व्यापारी-औद्योगिक भांडवलशाहीच्या उदयाशी निगडित आहे. मुद्दा हा की विशिष्ट अशा स्थल-काळ-परिस्थितीतच राष्ट्रवाद नावाची गोष्ट जन्मास येऊ शकली. आधुनिक पूर्व काळात तशी जाणीव किंवा भावना मुळी अस्तित्वातच नव्हती. आधुनिक पूर्व काळात राष्ट्र किंवा राष्ट्रवादाच्या अस्तित्वाची कल्पना करणे ही गोष्ट अनैतिहासिक आणि कालविपर्यस्त आहे. वसाहतवाद फोफावत गेला तशी आधुनिकता आणि त्यासोबत राष्ट्रवादाचा विचारही जगभर फोफावत गेला. भारतीयांना सर्वप्रथम राष्ट्रवादाची ओळख होण्याची शक्यता ब्रिटिश राजवटीच्याच काळात निर्माण होणे शक्य होते.

फक्त परकीयांना विरोध म्हणजे राष्ट्रवाद नव्हे

वसाहतिक राजवटीच्या विरोधात भारतीय उपखंडात व्यक्त झालेला राष्ट्रवादाचा पहिला हुंकार आदिवासी-शेतकरी-ग्रामीण जनतेच्या विद्रोहांच्या अविरत मालिकेतून

व्यक्त झाला होता. तो 'आदिम राष्ट्रवाद' होता. तद्नंतर ब्रिटिश राजवटीच्या आर्थिक धोरणांची चिकित्सा करणारा आर्थिक राष्ट्रवाद उदयास आला. लोकहितवादी, न्या. रानडे, दादाभाई नवरोजी, रोमेश चंद्र दत्त यांनी दाखवून दिले होते, की ब्रिटिश राजवटीत जी आर्थिक लूट होते आहे ती ब्रिटनच्या भरभराटीस आणि भारताच्या अध:पतनास कारणीभूत ठरते आहे. त्यामुळे पाश्चात्त्य शिक्षण घेतलेल्या बुद्धिजीवींमध्ये देशव्यापी स्वरूपाची नवी जाणीव विकसित झाली. त्यांनी देशव्यापी स्वरूपाची राष्ट्रीय सभा स्थापन केली.

राज्यकारभारात भारतीयांना वाढते प्रतिनिधित्व मिळावे, यासाठी प्रतिरोधाची देशव्यापी राजकीय चळवळ उभी राहिली. तिचे स्वरूप अभिजनकेंद्री होते हेही खरेच आहे; पण तिच्याकडे वसाहतिक राज्याविरुद्धची राजकीय व आर्थिक भूमिका होती. त्यामुळेच इथे वसाहतवादविरोधी राष्ट्रवाद संघटित होत गेला. तथापि, तो राष्ट्रवाद एकसाची-एकात्म होता असे मुळीच नाही. त्यात अनेक अंत:स्थ उपप्रवाह होते. रानडे-गोखले यांच्या संयत उदारमतवादी राष्ट्रकल्पनेच्या विरोधात टिळकांनी चिपळूणकरांचा वारसा स्वीकारत कर्मठ ब्राह्मणी पुनरुज्जीवनवादाचे राजकारण उभे केले. गांधी-नेहरूंनी रानडे-गोखलेंचा वारसा स्वीकारून आपापल्या वैचारिक प्रकृतीनुसार तो आत्मसात केला. गांधींनी रामराज्याचा आदर्श सांगून पुनरुज्जीवनवादाची कड घेतानाच त्याला समावेशक समन्वयाची आणि सहिष्णुतेची जोड दिली होती.

नेहरूंची राष्ट्रकल्पना अधिक उन्नत होती. त्यांची इतिहासदृष्टी समन्वयप्रधान होती. त्यानुरूप त्यांनी धर्मनिरपेक्ष-आधुनिक राष्ट्र उभारणीचे अभिवचन दिले. त्यांची राष्ट्राकल्पना आधुनिक लोकशाही मूल्यांस पूरक ठरणारी होती; परंतु मुख्यत्वे वसाहतवादविरोधी असलेला हा राष्ट्रवाद जातीच्या प्रश्नांची मात्र दखलच घेत नव्हता व ही त्याची सर्वांत मोठी मर्यादा होती. तथापि, त्यामुळे फक्त परकीय राजवटीस विरोध म्हणजे राष्ट्रवाद अशी एक धारणा आपल्याकडे वसाहतिक कालखंडात रुजविण्यात आली होती. बाबासाहेबांनी त्या धारणेतील मर्यादा दाखवून देताना राष्ट्रवादास अधिक व्यापक स्वरूपात समजून घेतले होते.

एतद्देशीय शोषकांविरोधातील लढा

ते म्हणतात की, 'परकीय साम्राज्यशाही, हिंदी भांडवलशाही व जमीनदारशाही अन् मध्यमवर्गीय हिंदी व्यापारी यांच्या दडपणाखाली श्रमजीवी वर्ग दाबला आहे. त्याची या बिकट परिस्थितीतून मुक्तता करणे हिंदी राष्ट्राला संपूर्ण स्वातंत्र्य मिळाल्याशिवाय अशक्य आहे. संपूर्ण स्वातंत्र्याचे आमचे ध्येय शुद्ध स्वरूपाचे आहे. आपल्या देशाच्या

डॉ. बाबासाहेब आंबेडकर यांना त्यांच्या 'राष्ट्रवादा'च्या कल्पनेत देशातील सर्वच स्त्री-पुरुषांना समान प्रतिष्ठा, न्याय, मानवी हक्क, शोषणमुक्ती आणि सर्वंकष समतेची शाश्वती मिळणे अभिप्रेत होते.

स्वातंत्र्यासाठी सुरू असलेल्या कोणत्याही लढ्यात आपला पक्ष प्रामुख्याने भाग घेईल. तोपर्यंत गोरगरीब बहुजन समाजाची पिळवणूक करणाऱ्या आमच्याच देशबांधवांशी आम्ही आमचे निशाण उभारू!' (८ एप्रिल, १९३९/जनता/खंड १८, भाग २, पृ. २६१) राष्ट्राचे संपूर्ण स्वातंत्र्य तोवर पूर्णत्वास जाऊ शकत नाही जोवर परकीय साम्राज्यशाहीबरोबरच भांडवलशाही, जमीनदारशाही, बनिया आणि शोषक जातींच्या शोषण-पीडनातून इथल्या शोषित-कष्टकरी बहुजनांची मुक्ती होत नाही ही त्यांची ठाम भूमिका होती.

राष्ट्राच्या संपूर्ण स्वातंत्र्यासाठी फक्त परकीय साम्राज्यशाहीच्या विरोधात नव्हे, तर एतद्देशीय शोषकांच्या विरोधातदेखील लढण्याची आवश्यकता त्यांनी प्रतिपादित केली होती. त्यादृष्टीने त्यांनी जातीविरोधी लढ्यास सर्वाधिक प्राधान्य दिल्याचे दिसते. 'भारतात जाती आहेत. जाती या राष्ट्रविरोधी आहेत. त्या समाजजीवनात विभागणी करतात. त्या राष्ट्रविरोधी आहेत. कारण त्या जाती-जातींमध्ये मत्सर व तिरस्काराची भावना निर्माण करतात. आम्हाला वास्तवात जर राष्ट्र व्हायचे असेल तर या सर्व अडथळ्यांवर आम्ही मात केलीच पाहिजे'. (खंड १८, भाग ३, पृ. १७४-१७५) असे त्यांचे म्हणणे होते.

जात्यंतक प्राधान्याची राष्ट्रकल्पना महात्मा फुलेंनी इथला 'वसाहतवाद-विरोधी राष्ट्रवाद' उदयोन्मुख अवस्थेत होता त्याच वेळी मांडली होती. अभिजनकेंद्री राष्ट्रवादाची मर्यादा दाखवून देताना म. फुल्यांनी 'एकमय लोक' म्हणजे राष्ट्र अशी व्याख्या केली होती. वर्णजातव्यवस्था अस्तित्वात आहे तोवर 'एकमय लोक' अर्थात 'राष्ट्र' निर्माण होऊ शकत नाही ही त्यांची भूमिका होती. डॉ. बाबासाहेब आंबेडकरांनी म. फुल्यांची जात्यंतक राष्ट्रकल्पना आत्मसात करून घेत तिचा विकास केला. दलित-शोषित-स्त्री-शूद्रातिशूद्र-शेतकरी-कष्टकरी-ग्रामीण सर्वहारांच्या सर्वंकष 'स्वातंत्र्या'च्या विरोधात असलेली कोणतीही राष्ट्रकल्पना 'राष्ट्र' निर्माण करण्यास अक्षम असते ही बाब स्पष्ट केली.

'विशिष्ट प्रकारची जाणीव' हवी

जातिव्यवस्थेने इतिहासकाळापासून जी विध्वंसकारी भूमिका निभावली त्यामुळे समाजाचा, देशाचा आणि राष्ट्राचा घात झाला असे बाबासाहेबांचे म्हणणे होते. वर्ण-जातव्यवस्था उच्च-नीचतेमुळे समाज आरपार दुभंगत गेला, भारताचा इतिहास म्हणजे पराभवाची मालिका बनला, ज्ञान-विज्ञान-तंत्रज्ञानाच्या क्षेत्रात देश मागे राहून गेला, आर्थिक प्रगतीस आणि उत्पादनप्रक्रियेस खीळ बसली, सामाजिक एकोपा निर्माण होण्यात बाधा उत्पन्न केली या वस्तुस्थितीकडे लक्ष वेधून बाबासाहेबांनी जातीचे 'राष्ट्रविरोधी', 'देशहितविरोधी' आणि 'समाजहितविरोधी' स्वरूप उघडकीस आणले. 'ज्याला समाजशास्त्रज्ञ 'विशिष्ट प्रकारची जाणीव' म्हणतात तिचा हिंदूंमध्ये खूपच अभाव आहे. हिंदूंची जाणीव म्हणून कुठली जाणीव अस्तित्वातच नाही. प्रत्येक हिंदूच्या मनात जर कुठली जाणीव वसत असेल तर ती आहे त्याच्या जातीची जाणीव. हिंदूंचा समाज किंवा राष्ट्र निर्माण होऊ शकत नाही याचे कारण हे आहे.' (खंड १, पृ. ५०) असे ते म्हणतात. जात्यंतास बाबासाहेब राष्ट्र बनण्याची पूर्वअट मानतात.

धर्म–संस्कृतिनिष्ठ राष्ट्रकल्पनेस विरोध

धर्म आणि संस्कृतीच्या पायावर राष्ट्र उभारणीचे प्रयत्न भारतात गेल्या दीड शतकांपासून सुरू आहेत. एकोणिसाव्या शतकाच्या उत्तरार्धातच मुंबई प्रांतातील विष्णुबावा ब्रह्मचारी आणि विष्णुशास्त्री चिपळूणकर यांनी ब्राह्मणी-पुनरुज्जीवनवादी राजकारणाचा पाया रचला होता. हे काम उत्तरेत दयानंद सरस्वतींनी केले. बंगाल प्रांतात बंकिमचंद्र-योगी अरविंद-विवेकानंद यांनी केले. तो वारसा विसाव्या शतकात वाहून नेण्याचे काम सावरकर-हेडगेवार-गोळवलकरांनी केले. त्यांनी ज्या प्रस्थापित प्रवृत्तीचे प्रतिनिधित्व

केले त्यात मुख्यत्वे पुनरुज्जीवनवादी संस्थानिक-जमीनदार-शेठ-सावकार-बनिया-ब्राह्मण-कायास्थादी उच्च जातींचा भरणा होता. त्या वर्गाचे भौतिक-आर्थिक हितसंबंध थेटपणे ब्रिटिश राजवटीशी जुळलेले होते. ते वसाहतिक सत्तासंरचनेतील दुय्यम-तिय्यम दर्जाचे भागीदार बनून राहू इच्छित होते.

जातिव्यवस्था टिकवून ठेवण्यातही त्यांचे सामाजिक-भौतिक हितसंबंध होते. त्यामुळे झाले असे की, ते आर्थिक राष्ट्रवादाचा अंगीकार करू शकत नव्हते; वसाहतवादविरोधी राजकीय राष्ट्रवाद अंगीकारू शकत नव्हते; तसेच जात्यंतक राष्ट्रवादाच्या बाजूनेही उभे राहू शकत नव्हते. त्यामुळे त्यांनी धर्म-संस्कृतीनिष्ठ राष्ट्रवादाचे पांघरुण ओढून घेणे पसंत केले; जेणेकरून वसाहतिक राजवटीतील व वर्णजातव्यवस्थेतील त्यांचे हितसंबंध दृष्टिगोचर होणार नाहीत. म्हणजेच त्यांचा 'राष्ट्रवाद' हा नुसताच एक बनाव होता. त्यासाठी त्यांनी समस्त वर्ग-जातींची गोळाबेरीज करून त्यांना नुसत्या कल्पनेच्या पातळीवरच 'हिंदू' अस्मितेत सामावून घेण्याचा प्रयत्न केला. अशा प्रकारची गोळाबेरीजयुक्त अस्मिता इथल्या बहुआयामी स्तरीकरणाशी आणि अंतर्विरोधग्रस्त वास्तवाशी जुळणारी नव्हती. कारण ते वास्तव सामाजिक-भौतिक-सांस्कृतिक आणि सामूहिक मानसिकतेच्या पातळीवर कमालीचे विखुरलेले, पोखरलेले आणि छिन्नविच्छिन्न स्वरूपाचे होते; परंतु 'हिंदू अस्मितेचा' उपयोग करून त्यांनी आपणच कसे समस्त हिंदूंचे हितरक्षक आहोत, असा आभास निर्माण करण्यात बऱ्याच अंशी यश मिळविले हे खरे आहे. ते जर खरेच हिंदुहितैषी असतील तर त्यांचा राष्ट्रवाद हिंदू लोकसंख्येचा सर्वांत मोठा हिस्सा असलेल्या स्त्री-शूद्रातिशूद्रांच्या सामाजिक-भौतिक मुक्तीच्या विरोधात तो कसा? त्यांच्या लेखी दलित-आदिवासी-स्त्रिया-ओबीसी-भटक्या जातिजमाती हे जर सगळे हिंदू असतील तर पिढ्यांपिढ्या त्यांची आयुष्ये गुदमरून टाकणाऱ्या ब्राह्मणवादास त्यांचा विरोध नसतो हे कसे? त्याउलट शोषित जनसमूहांच्या मुक्तीचे विचार आणि चळवळी मोडून टाकण्यात ते अग्रेसर असतात.

शोषित जनसमूहात धार्मिक अस्मिता चेतवून त्यांना जमातवादी दंगलीमध्ये अल्पसंख्याक समुदायाच्या विरोधात उतरविले जाते. म्हणूनच असे म्हणावे लागते की, त्यांची ती राष्ट्रकल्पना धर्मांध-जमातवादी-स्त्रीदास्यसमर्थक-वर्णजातसमर्थक-ब्राह्मणी-भांडवली स्वरूपाची आहे. ती इथल्या समस्त शेतकरी-कामगार-कष्टकरी-दलित-आदिवासी-शोषित वर्ग जातिजमातींच्या, स्त्रियांच्या आणि अल्पसंख्याक समूहांच्या हितसंबंधांच्या विरोधात आहे. विचार केल्यास तो राष्ट्रवाद ना हिंदुहितैषी आहे; ना धर्म-संस्कृतीनिष्ठ आहे.

राष्ट्रवाद आणि हिंदुहित हा मुखवटा

राष्ट्रवाद आणि हिंदुहित हा पोकळ मुखवटा असून, पारंपरिक शोषक वर्गजातींचा सामाजिक-आर्थिक-राजकीय स्वार्थ हेच याचे खरेखुरे रूप आहे. आज त्याचे वाहक आहेत संघ-भाजप परिवार आणि त्यांच्यासह तत्सम संस्था-संघटना. अशा प्रकारच्या धर्म-संस्कृतिनिष्ठ राष्ट्र उभारणीचे प्रयत्न किती घातक ठरू शकतात याकडे बाबासाहेबांनी लक्ष वेधले होते. हिंदूंना एकत्र बांधून ठेवू शकतील अशी कोणतीही परंपरा किंवा समान हितसंबंध त्यांच्यात नाहीत. भाषिक आणि वांशिक भिन्नत्व आणि भूतकाळातील आपसातील संघर्ष हे करणे त्यांच्यात फूट पडण्यास खूपच प्रभावशाली आहेत. हे खरे आहे, की एक संघटित राष्ट्र बनण्याच्या भावनेने प्रेरित होऊन ते जवळ येऊ पाहताहेत; परंतु हेही मुळीच विसरता येणार नाही, की ते अद्याप राष्ट्र बनलेले नाहीत. ते राष्ट्र बनण्याच्या प्रक्रियेत आहेत; परंतु ती प्रक्रिया पूर्णत्वास जाण्याआधीच त्यांना कदाचित माघार घ्यावी लागणार आहे. ज्यामुळे शतकभराच्या त्यांच्या परिश्रमाच्या ठिकऱ्याठिकऱ्या होऊ शकतात. (खंड ८, पृ. १३) बाबासाहेबांनी या ठिकाणी असे सूचित केले आहे की, भारतात धर्म-संकृतीशी संबंधित मूलभूत अंतर्विरोध जोवर अस्तित्वात आहेत तोवर शाश्वत राष्ट्र निर्माण होऊ शकत नाही. म्हणूनच बाबासाहेब म्हणतात की, हिंदू राज्य जर अस्तित्वात आले तर ती या देशावरील प्रचंड मोठी आपत्ती असेल यात शंका नाही. हिंदुत्ववाद हा स्वातंत्र्य-समता-बंधुत्व यासमोरील मोठा धोका आहे. तो लोकशाही संकल्पनेशी विसंगत आहे. बाबासाहेब कोणत्या अंतर्विरोधांविषयी आणि कोणत्या धोक्यांविषयी बोलत होते?

भारतातील पारंपरिक शासकांचा वर्ग हा कसा नेहमीच प्रतिगामी, स्वार्थी आणि राष्ट्रविरोधी राहिला आहे या वस्तुस्थितीकडे बाबासाहेबांनी लक्ष वेधले आहे. फ्रान्स व जपानमधील पारंपरिक राज्यकर्त्यांनी तिथे क्रांतीला तोंड फुटल्यानंतर आपल्या पूर्वापार विशेषाधिकारांचा आणि सत्तेचा त्याग करून तिथे आधुनिक राष्ट्र घडविण्यात पुढाकार घेतला होता त्याचे उदाहरण समोर ठेवून बाबासाहेबांनी इथल्या उच्चजातवर्गीय शासक वर्गाच्या राष्ट्राविषयी असलेल्या बांधिलकीसमोर प्रश्नचिन्ह उपस्थित केले होते. शूद्रातिशूद्र शोषित वर्गजातींनी विधिमंडळात, सरकारी आणि सार्वजनिक सेवेत प्रतिनिधित्व मिळावे म्हणून आरक्षणाची मागणी केल्यास ती मागणी 'राष्ट्रीय एकात्मतेस बाधक आहे' अशी ओरड इथल्या पारंपरिक उच्चजातवर्गीय शासक वर्गाकडून केली जाते. त्या संदर्भात बाबासाहेबांचे भाष्य असे आहे, की 'स्वातंत्र्याच्या वेदीवर अशा प्रकारचा कोणताही त्याग करण्यास भारतामधील शासकवर्ग तयार होत नाही.

विशेषाधिकार सुरक्षित करण्यासाठी

राष्ट्रवादाच्या नावाने आपले विशेषाधिकार विसर्जित करण्याऐवजी तो आपले विशेषाधिकार सुरक्षित राहावेत यासाठी राष्ट्रवादाच्या घोषणांचा उपयोग किंवा दुरुपयोग करीत असतो... राष्ट्रवादाखातर स्वतःचे विशेषाधिकार त्यागणे तर दूरच; त्याउलट ते सुरक्षित राहावेत म्हणून तो राष्ट्रावादालाच वेठीस धरतो. (खंड ९, पृ. २२६) डॉ. बाबासाहेब आंबेडकरांनी भारतामधील ढोंगी देशभक्तांची आणि राष्ट्रवादाच्या आडून चालणाऱ्या त्यांच्या स्वहितकेंद्री धोरणांची खरपूस चिकित्सा केली होती. ते एके ठिकाणी म्हणतात, 'भारत हा एक तऱ्हेवाईक देश आहे आणि तेथील राष्ट्रभक्त व देशभक्तही तऱ्हेवाईक लोक आहेत. भारतीय राष्ट्रभक्त व देशभक्त कोणाला म्हणावे तर जो आपल्या देशबांधवांना हीनत्वाची वागणूक मिळत असतानाही डोळे उघडे ठेवून पाहतो तो. त्याची मानवता त्या अन्यायाविरुद्ध कधीच पेटून उठत नाही. काही स्त्रिया- पुरुषांना नाहकच मानवी हक्क नाकारण्यात आले आहेत हे त्यांना माहिती आहे; परंतु त्या संदर्भात काही कृती करावी अशी बोच त्यांच्या सभ्य मनाला कधी शिवतदेखील नाही. याची त्यांना कल्पना आहे, की लोकांचा एक मोठा वर्ग सार्वजनिक व्यवहारातून बहिष्कृत करण्यात आलेला आहे; पण त्यांच्या न्यायबुद्धीला व निरपेक्षतेला कधीच

भारतीय राज्य घटनेच्या मसुदा समितीत सात सदस्य होते. डॉ. बाबासाहेब आंबेडकर या समितीचे अध्यक्ष होते. एन. गोपालस्वामी अय्यंगार, अल्लादी कृष्णस्वामी अय्यर, सईद अहमद सादुल्ला, के. एम. मुन्शी, एन. माधव राव, टी. टी. कृष्णमाचारी (डी. पी. खेतन यांच्या मृत्यूनंतर) हे अन्य सदस्य होते.

जाग येत नाही. मनुष्याला व समाजाला अहितकारक असलेल्या शेकडो दुष्ट रूढी-प्रथांमध्ये ते जगत आहेत; परंतु त्यांना त्याची किळस वाटली असे कधी घडत नाही. देशभक्तांची ओरड फक्त एकाच गोष्टीकरिता असते ती गोष्ट म्हणजे त्यांना आणि त्यांच्या वर्गाला अधिकाधिक सत्ता प्राप्त व्हावी. अशा देशभक्तांच्या वर्गापैकी मी एक नाही म्हणून मला आनंद होत आहे. जो वर्ग लोकशाहीचा पुरस्कर्ता असून, सर्व प्रकारच्या मक्तेदारीचा विनाश करण्यासाठी झटतो आहे त्या वर्गाचा मी आहे. जीवनाच्या सर्व क्षेत्रांत- राजकीय, सामाजिक व आर्थिक जीवनात, 'एक माणूस-एक मूल्य' हा आदर्श प्रत्यक्षात आणणे हे आमचे ध्येय आहे (खंड २, पृ. ५९८-५९९).

डॉ. आंबेडकरांच्या या उदहरणातून ही बाब स्पष्ट होते की, राष्ट्रवादाच्या त्यांच्या कल्पनेत देशातील सर्वच स्त्री-पुरुषांना समान प्रतिष्ठा, न्याय, मानवी हक्क, शोषणमुक्ती आणि सर्वंकष समतेची शाश्वती मिळणे अभिप्रेत होते. धर्म-संस्कृतीनिष्ठ विषमता, अन्याय, बहिष्कृतता, वर्चस्ववाद, मक्तेदारी, अमानुष रूढी-प्रथा अशा गोष्टींना त्यांच्या राष्ट्रकल्पनेत मुळीच थारा नव्हता. सर्व प्रकारचे मूलभूत संघर्ष आणि अंतर्विरोध परिणामकारकरीत्या दडपून टाकण्याचे साधन म्हणून राष्ट्रवादाचा आणि राष्ट्रऐक्याचा मुद्दा वापरला जातो आणि दलित-शोषित जनसमूहांस मूर्ख बनिण्याचा प्रयत्न होतो, असे बाबासाहेबांचे निरीक्षण होते. म्हणूनच ते म्हणतात, 'भारतामधील शासकवर्ग ही गोष्ट जाणून आहे, की वर्गीय विचार, वर्गीय हितसंबंध, वर्गवाद आणि वर्गसंघर्ष यावर आधारित राजकारण ही त्यांची मृत्युघंटा आहे. त्याला याचीही पुरेपूर जाणीव आहे, की शोषित जनसमूहांना बेदखल करण्याचा आणि त्यांना मूर्ख बनविण्याचा सर्वांत परिणामकारक उपाय म्हणजे राष्ट्रवाद आणि राष्ट्रऐक्याच्या भावनांशी खेळणे होय. (खंड ९, पृ. २३३)

सर्वंकष मुक्तिगामी राष्ट्रकल्पना

बाबासाहेब आंबेडकरांनी राष्ट्र आणि राष्ट्रवादविषयक सैद्धांतिक लेखन करणाऱ्या अनेक अभ्यासकांचे दाखले देत त्यासंबंधी आपले विचार व्यक्त केले आहेत. एकंदरीत त्यासंबंधी त्यांचे म्हणणे असे होते, की 'राष्ट्रवाद' ही एक 'सामाजिक भावना' आणि 'एकमय असण्याची सामुदायिक मनोवृत्ती'; तसेच 'वर्तमानातील समान आकांक्षा' आणि 'एकत्र राहण्याची तीव्र इच्छाशक्ती' होय. ती प्रत्यक्षात यावी म्हणून प्रेरणादायी ठरणारा सामायिक असा गौरवास्पद वारसा शोधण्याची, दीर्घकालीन परिश्रमांची, त्यागाची आणि समर्पणाची आवश्यकता असते. या कसोटीवर त्यांनी दाखवून दिले आहे, की भारतातील अभिजनकेंद्री राष्ट्रकल्पना ही 'राष्ट्र' बनण्यास अक्षम आहे;

तसेच 'राष्ट्र' बनण्याचा मार्ग कोणता असू शकतो तेही त्यांनी दाखवून दिले. 'गांधीजी, मला मातृभूमी नाही, असे उद्गार डॉ. बाबासाहेब आंबेडकरांनी काढले होते ही गोष्ट सर्वश्रुत आहे. ज्या कारणांसाठी त्यांनी असे उद्गार काढले ती कारणे आजही आपल्या भोवतालात घट्टपणे रुतून बसली आहेत. ती कारणे नष्ट केल्याशिवाय इथे राष्ट्र अस्तित्वात येणार नाही, अशी त्यांची भूमिका होती. म्हणूनच ते असे म्हणाले, की 'जर राष्ट्राला आश्वासित केले गेले त्यानुसार आमचे स्वातंत्र्य, शिक्षण आणि हित साधले जाणार असेल तर नक्कीच मी स्वातंत्र्यासाठी, राष्ट्रवादासाठी, आणि मुक्तीकरिता लढेन. (१७/३, पृ.३१८) राष्ट्रवादाच्या नावाने जर शासकवर्ग फसवणूक करीत राहणार असेल तर तशी राष्ट्रकल्पना त्यांना मान्य नव्हती.

दलित-शोषित-श्रमिक वर्गास उदेशून ते म्हणतात, राष्ट्रवादाच्या नावाखाली त्यांना लोक भलत्याच मार्गावर नेऊ शकतात... राष्ट्रवादाच्या नावाखाली त्यांना सर्वस्वाचा त्याग करावा लागतो; पण त्यांच्या स्वार्थत्यागामुळे राष्ट्रवादाचा जय झाल्यावरही त्यांना त्याचा आर्थिक व सामाजिक समतेचा लाभ होईल काय, याचा श्रमिकांनी कधी विचारच केला नाही. ज्यांच्या त्यागावर जो राष्ट्रवाद उभा आहे तो त्यांचाच मुख्य शत्रू बनतो (१७ सप्टें. १९४३, द इंडियन फेडरेशन ऑफ लेबरने आयोजित केलेल्या अभ्यास शिबिरातील भाषण, खंड १८ भाग २, पृ. ४३९-४४०).

आज आपण बघतो आहोत, की बाबासाहेबांना अभिप्रेत 'राष्ट्र' जडणघडणीची प्रक्रिया अद्यापही पूर्णत्वास गेलेली नाही. ती प्रक्रिया उलट्या दिशेला घेऊन जाण्याचे प्रयत्न मात्र गतिमान झाल्याचे दिसताहेत. आपण बघतो आहोत की भारतात आज भिन्न-भिन्न राष्ट्रकल्पना परस्परांच्या विरोधात संघर्षाच्या पवित्र्यात उभ्या आहेत. त्या संघर्षाची कारणे भारताच्या वैशिष्ट्यपूर्ण जडणघडणीतच आहेत. भारतीय उपखंड त्याच्या प्रारंभिक वाटचालीपासूनच बहुजिनसी, बहुलतावादी, बहुप्रवाही आणि समावेशक राहिलेला आहे. समाज-संस्कृती-धर्म-वंश-भाषा-विचार-उपसनापद्धती या पातळीवरचे बहुजिनसित्व हा त्याचा अंगभूत विशेष आहे. अंतर्विरोध खूप आहेत; पण बहुजिनसित्वाचे वैशिष्ट्य नष्ट झाले असे कधीच घडले नाही. त्यामुळे एकाचवेळी अनेक राष्ट्रकल्पनांचे संघर्षरत सहअस्तित्व ही गोष्ट इथे स्वाभाविकच होती. भारतीय उपखंडाच्या बाबतीत एकात्म-एकजिनसी राष्ट्रकल्पना अस्वाभाविक आहे; पण जेव्हा कुणी तरी अस्वाभाविकरीत्या स्वतःची राष्ट्रकल्पना इतरांवर थोपवितो तेव्हा ती हिंसक-अत्याचारी-रक्तपिपासू बनते. अलीकडच्या काळात त्याचा प्रत्यय वारंवार येतो आहे.

भारतीय संविधानाला अनुरूप राष्ट्रकल्पना

भारतात जणुकाही एकात्म-एकजिनसी स्वरूपाची 'राष्ट्रकल्पना' अस्तित्वात आहे अशी चुकीची धारणा बाळगणाऱ्यांनी हे समजून घेण्याची गरज आहे, की म.फुलेंना मारून टाकण्याची सुपारी देणाऱ्यांची राष्ट्रकल्पना आणि म. फुल्यांची राष्ट्रकल्पना एकसमान नव्हती. गांधीजींची हत्या करणाऱ्यांची राष्ट्रकल्पना आणि स्वतः गांधीजींची राष्ट्रकल्पना एकसमान नव्हती. बाबासाहेबांना देशद्रोही संबोधणाऱ्यांची राष्ट्रकल्पना आणि बाबासाहेबांची राष्ट्रकल्पना एकसमान नव्हती. सावरकर-हेडगेवार-गोळवलकरांची राष्ट्रकल्पना ही रानडे-गोखले-गांधी-नेहरूंच्या राष्ट्रकल्पनेपेक्षा, फुले-आंबेडकर-पेरियार यांच्या राष्ट्रकल्पनेपेक्षा आणि भगतसिंगांच्या क्रांतिकारक राष्ट्रकल्पनेपेक्षा संपूर्णतः भिन्न होती. तथापि, नथुराम गोडसेची राष्ट्रकल्पना आणि सावरकर-गोळवलकर-संघपरिवाराची राष्ट्रकल्पना सर्वस्वी एकसमान होती आणि आजही आहे. त्यामुळे ही गोष्ट अगदी स्फटिकासारखी स्पष्ट आहे की, एका बाजूने सावरकर-हेडगेवार-गोळवलकरांची राष्ट्रकल्पना आणि दुसऱ्या बाजूने बाबासाहेब आंबेडकरांची राष्ट्रकल्पना यांचा समन्वय अशक्य आहे. तसा समन्वय करू पाहणे मनोविकृतीचे लक्षण आहे. आज तीच राष्ट्रकल्पना देशहिताची म्हणता येणे शक्य आहे जी भारतीय संविधानात अंतर्भूत तत्त्व-मूल्यांना आणि ध्येय-उद्दिष्टांशी अनुरूप आहे. ती क्षमता फुले-आंबेडकरांच्या वर्ग-जात-स्त्रीदास्यान्तक मुक्तिगामी राष्ट्रवादात आहे. ती क्षमता नेहरूंच्या धर्मनिरपेक्ष आधुनिक राष्ट्रकल्पनेत आहे. ती क्षमता भगतसिंगांच्या क्रांती सिद्धांतात आहे. सावरकर-गोळवलकर-संघ-भाजप परिवाराची जी राष्ट्रकल्पना म्हणविली जाते तीत ज्याला राष्ट्र म्हणता येईल असे काहीच नाही. ती राष्ट्रवादाचा बुरखा ल्यालेली उच्च-जात-वर्ग प्रभुत्वाची योजना आहे. ती धर्मांध-जमातवादाची विकृती आहे. ती भारतीय संविधानाशी विसंगत आहे म्हणून ती देशविघातक, समाजविघातक आणि राष्ट्रविघातक आहे. अशा स्थितीत आज एखादी राष्ट्रकल्पना तेव्हाच देशहिताची ठरविता येऊ शकते जेव्हा ती भारतीय संविधानात अंतर्भूत तत्त्व-मूल्यांशी सुसंगत असेल. राष्ट्रनिष्ठेची एकमेव कसोटी ही केवळ 'भारतीयत्व' असू शकते हे बाबासाहेबांचे म्हणणे होते.

राष्ट्रकल्पनेचे ध्येय शोषणमुक्तीचे

ते म्हणतात, 'आपल्या सर्वांचे समान ध्येय हेच असू शकते, की आपण सर्व भारतीय आहोत... एक भारतीय म्हणून असलेली आपली जी बांधिलकी आहे तिला जर धर्म, संस्कृती, किंवा भाषिक अशा कुठल्याही अन्य बांधिलकीमुळे आघात पोचविला

जाणार असेल तर ती गोष्ट मला रुचणार नाही. मला असे वाटते की सर्व लोकांनी पहिल्यांदा भारतीय असावे, शेवटीही भारतीयच असावे आणि भारतीय असण्याशिवाय अन्य काहीच असू नये. (खंड २, पृ. १९५) तथापि, बाबासाहेबांच्या लेखी राष्ट्र म्हणजे अंतिम ध्येय नसून त्या ध्येयाप्रत घेऊन जाणारे साधन मात्र आहे. ते ध्येय वैश्विक मानवी नीती स्थापित करण्याचे आहे. त्या अर्थाने बाबासाहेबांचा राष्ट्रवाद म्हणजे वैश्विक-मानवी मूल्यांवर अधिष्ठित एका नव्या समाजाची निर्मिती होय. त्यांच्या राष्ट्रकल्पनेचे ध्येय आहे शोषणमुक्त समताधिष्ठित समाजनिर्मितीचे. भारताला खऱ्या अर्थानि आधुनिक धर्मनिरपेक्ष लोकशाही देश बनविण्याचे.

दारिद्र्य , विषमता, अन्याय, अत्याचार, जातिव्यवस्था, धर्मांधता, जमातवाद, ब्राह्मणवाद, सामंतवाद, जातिवाद, वर्गीय शोषण, पितृसत्ता आणि साम्राज्यवादापासून मुक्तीचे. शोषणाचे संस्थात्मक आधार नष्ट झाल्याशिवाय भारतीय संविधानाने पुरस्कारीलेली ध्येय आणि उद्दिष्टे प्रत्यक्षात येणार नाहीत ही त्यांची भूमिका होती. संविधान सभेत खुद्द आंबेडकरांनीसुद्धा राजकीय स्वातंत्र्याचे पर्यवसान तातडीने सामाजिक-आर्थिक स्वातंत्र्यात होण्याची आवश्यकता बोलून दाखविली होती. त्याकरिताच त्यांनी दिनांक ५ फेब्रुवारी, १९४० रोजी, टाईम्सच्या प्रतिनिधीला दिलेल्या मुलाखतीत असा आशावाद व्यक्त केला होता की, मला निश्चितपणे अशी खात्री वाटते, की सामाजिक ऐक्य स्थापण्याच्या हेतूने जर आपण योग्य प्रक्रिया अवलंबिली तर आपण राष्ट्र बनू शकतो.

'मी अशा धर्माला मानतो, जो स्वतंत्रता, समानता आणि बंधुता शिकवतो.'

२

बाबासाहेब आणि धम्म

कोणी कितीही खटाटोप केला, तरी बुद्ध आणि त्यांचे हे तत्त्वज्ञान कोणत्याही अर्थाने हिंदू धर्माचा भाग होऊच शकत नाही. हिंदू धर्माला अजिबात मान्य नसलेल्या मूल्यांच्या दुसऱ्या टोकावर बुद्ध आणि बाबासाहेब उभे आहेत. पुनर्रचनेची दारे बंद करणाऱ्या कोणत्याही धर्माशी बुद्धाचा वा बाबासाहेबांचा संबंध नाही. संपूर्ण खगोलाच्या आणि भूगोलाच्या संयुक्त अनुबंधात बुद्ध आणि बाबासाहेब हे माणूस उभा करतात. माणसाचे स्वातंत्र्य कुठे संपुष्टात येऊ नये, त्याचे 'अत्तदीपत्व' कुठे वाकू नये वा त्याचा वैज्ञानिक दृष्टिकोन कोणापुढेही अगतिक होऊ नये अशा उदंड बुद्धिवादी माणसाची मांडणी बुद्ध आणि बाबासाहेब करतात.

– डॉ. यशवंत मनोहर

जिथे बुद्धिवाद नाही तिथे धम्म नाही. जिथे इहवाद नाही तिथे धम्म नाही आणि जिथे करुणेचे शील असलेली उदंड माणुसकी नाही तिथे धम्म नाही. बाबासाहेबांनी धम्माची मांडणी केली, ती अशी पूर्ण विज्ञाननिष्ठ आहे.

बाबासाहेबांनी धम्माची क्रांतिकारी पुनर्रचना केली. पुनर्रचना म्हणजे फेरमांडणी. काळासोबतच चालणारी केवळ नव्हे, काळाला मार्गदर्शन करणारी आणि काळाच्या पुढे चालणारी नवी रचना वा नवी मांडणी म्हणजे पुनर्रचना !

मुळात मानवी जीवन सतत बदलत राहावे किंवा झाडाला फुटते तशी मानवी जीवनाला सतत नवनवी पालवी फुटत राहावी, यासाठी बुद्धांनी विचारांचे महाकथन दुनियेला दिले. जीवन कुठे थांबू नये माणसाच्या डोक्याने कुठलाही थांबा अखेरचा मानू नये आणि मानवी जीवन सतत प्रवाही राहावे, वाऱ्यासारखे सतत वाहते राहावे; यासाठी बुद्धांनी एक 'डिस्कोर्स' किंवा एक क्रांतिप्रबंध दुनियेला दिला. या परिवर्तन-प्रबंधाला बाबासाहेबांनी धम्म म्हटले आहे.

बदल ही अंतहीन प्रक्रिया

बदल ही अंतहीन प्रक्रियाच आहे. क्रांती हीसुद्धा अंतहीन प्रक्रियाच आहे. एका बदलापाशी वा एका क्रांतीपाशी दुनियेने कधी थांबू नये. कारण कोणताही बदल शेवटचा नसतो. कोणतीही क्रांती शेवटची नसते. माणसाचं जीवन वा मानवी जीवन ही झालेल्या वा होणार असलेल्या बदलांची शृंखला असते. माणसाचं जीवन वा मानवी जीवन ही झालेल्या वा होणार असलेल्या क्रांत्यांची मालिका असते. माणूस ही या बदलांची वा क्रांत्यांची निर्मिती असते. बदलाची वा क्रांत्यांची प्रक्रिया थांबली, की माणूस वा मानवी जीवन थांबते. थांबलेला माणूस वा जीवन हे स्थितिवादी होते. मूलतत्त्ववादी होते. अशा जीवनातच विषमता गोंधळ घालत असते. अशा जीवनातच शोषणाला सर्व वाटा मोकळ्या होत असतात.

मानवी जीवनाचा हा धडा बुद्धांपुढे होता. म्हणजे शोषण थांबवायचे वा विषमतेचे निर्मूलन करायचे असेल, तर जीवन मूलतत्त्ववादी होणार नाही याची काळजी घ्यायला हवी. माणसाचे मन, त्याचा विचार थांबणार नाही याची काळजी घ्यायला हवी. माणसाचे मन सतत सांधे बदलत राहिले पाहिजे. त्यासाठी ते सतत अस्वस्थ राहिले पाहिजे. समाधान माणसाला थांबवते. असमाधानी मन धावत राहते. ते 'चरथ' मन होते. ते कार्यकारणाचे वा कारणकार्याचे थांबे ओलांडत नवनव्या बदलासाठी नवनवे कारण कार्यसंबंध जन्माला घालते.

बुद्धांचे हे क्रांतिकथन आहे. या क्रांतिकथनाने माणूस थांबणे बुद्धांना मान्य नाही. याचा अर्थ बुद्धांना माणसाचा विचार थांबणे मान्य नाही असा आहे. सोने अधिक शुद्ध होण्यासाठी आगीत टाकावे लागते, तसे आपले वाटणे चिकित्सेच्या आगीत टाका. आपल्या विचाराला, स्वतःला प्रत्येक नव्या बदलाला चिकित्सेच्या आगीत सतत उजळून घ्या, म्हणजे विचारमीमांसेला वा ज्ञानमीमांसेला कुठेही पूर्णविराम देऊ नका. या क्षेत्रात फक्त स्वल्पविराम असतात असे सांगणारे बुद्ध दुनियेच्या डोक्यात क्रांतिप्रकल्पाचीच भक्कम स्थापना करीत होते, ही गोष्ट दुनियेने पक्की लक्षात ठेवली पाहिजे.

धर्म हा स्थितिवादी

धर्म हा मूलतःच स्थितिवादी असतो. याचा अर्थ तो मूलतत्त्ववादी असतो. मुळाला चिकटून राहण्याची त्याची प्रकृती असते. तो परलोकवादी असतो, याचा अर्थच तो इहवादी नसतो. इहजीवनातील प्रश्न तो महत्त्वाचे मानत नाही. परलोकाच्या तारतम्याने वा पूर्वजन्मीच्या पाप-पुण्याच्या खोट्या समजुतीला आधार मानून, तो इहजीवनाची मूलतत्त्ववादी मांडणी करण्याचा प्रयत्न करतो. त्यात मूलतत्त्वांची धारणा असते. त्याला मूलतत्त्वांमधील सुधारणा अजिबात मान्य नसते.

बुद्धांच्या धम्मात मूलतत्त्ववाद नावाची कोणती गोष्टच नाही. परिवर्तनतत्त्ववाद हेच बुद्धांचे पायाभूत मानसशास्त्र आहे. प्रतित्यसमुत्पाद हे बुद्धांचे तर्कशास्त्र आहे. धर्मविहीनता, जातिविहीनता, ग्रंथप्रामाण्य वा शब्दप्रामाण्यविहीनता, ईश्वरविहीनता, परलोकविहीनता आणि शोषणविहीनता वा विषमताविहीनता म्हणजे इहवाद. माणसाचे पृथ्वीच्या पाठीवरील जीवन, माणसांचे परस्परसंबंध आणि त्यातून निर्माण होणाऱ्या प्रश्नांची सोडवणूक माणूसच करू शकतो, त्यानेच ती करावी. असे होणे म्हणजे अत्तदीपत्वाचे अधिकारी होणे. याचा अर्थ कोणत्याही दैवी शक्तीच्या, राजकीय सत्तेच्या वा इतरही कोणत्या सत्तेच्या अधीन होऊ नये किंवा परावलंबी होऊन आपले स्वातंत्र्य कोणाकडेही गहाण टाकू नये असा आहे.

देववादी वा दैववादी दुनियेपुढे, तिच्या परावलंबी मानसशास्त्रापुढे बुद्ध मानवी अस्तित्वाच्या स्वाधीनतेचा, मानसिक स्वराज्याचा वा बुद्धिस्वातंत्र्याचा अस्तित्ववादी वा अस्तित्वसन्मानवादी प्रस्ताव याप्रकारे मांडतात. स्त्रीमुक्ती वा मानवमुक्ती कशाला म्हणतो आपण? तर माणसाच्या स्वयंप्रभतेला वा त्याच्या मानवी स्वातंत्र्याला, त्याच्या मानवी अधिकारांना अडचणीत आणणाऱ्या सर्व गोष्टींचा त्याग करण्याच्या वृत्तीला आपण मुक्ती म्हणतो.

बुद्धांचा सिद्धांत माणसाचे परावलंबन संपवणारा सिद्धांत आहे. हा सिद्धांत बुद्धांतील मुक्त, स्वतंत्र वा स्वयंप्रभ माणसानेच मांडला. अशा मुक्तिसिद्धांताची निर्मिती परावलंबी मन करूच शकत नाही. याचा अर्थ बुद्धांनी प्रथम स्वतःचे परावलंबन नष्ट केले. हे झाले तेव्हा त्यांना अत्तदीपत्वाचा अस्तित्ववाद किंवा माणसाच्या 'संपूर्ण असण्याचे' पायाभूत सौंदर्यशास्त्र मांडता आले. हे सौंदर्यशास्त्रच बुद्धांचे नीतिशास्त्रही आहे आणि कुठेच न थांबणारे त्यांचे ते संस्कृतिशास्त्रही आहे.

बुद्ध अवतार नव्हे

बुद्ध म्हणजे मानवत्वाचे तार्किक, विज्ञाननिष्ठ इहवादी, बुद्धिवादी संपूर्ण प्रकाशनच आहे; म्हणून बुद्धाला कोणी देव करू नये. कोणाचा अवतार त्यांना मानू नये. असे करणे म्हणजे बुद्धांची क्रांती नाकारण्याची मोहीम राबविण्यासारखेच असते.

समता, स्वातंत्र्य, बंधुता, भगिनीता, इहवाद, व्यक्तिस्वातंत्र्यवाद आणि बुद्धिवाद ही पाश्चात्त्य प्रबोधनाने दिलेली आधुनिक मूल्ये होत. ही मूल्ये म्हणजे मानवी जीवनाच्या उज्ज्वलतेचे महाकथन होय असे मानले जाते. बाबासाहेब हे आधुनिक मूल्यांच्या टोकावर जाऊन उभे राहिले आणि त्यापलीकडचेही अपूर्व पाहण्याचा विक्रम त्यांनी केला. या बौद्धिक विक्रमाला जगात तोड नाही.

वर सांगितलेल्या मूल्यांना आधुनिक मूल्ये आपण म्हणतो. ही सर्व मूल्ये बुद्धांच्या आणि लोकायतांच्या तत्त्वज्ञानातही आहेत. म्हणजे आधुनिक मूल्यांचे महाकथन

डॉ. बाबासाहेब आंबेडकर न्यू दिल्लीतील त्यांच्या ग्रंथालयात श्रीलंकेतील दोन आदरणीय भिक्षूंसोबत (१४ एप्रिल १९५०).

'प्रज्ञा, करुणा आणि समता ही तत्त्वे शिकवणारा बौद्ध धर्म मला आवडतो,' असे उत्तर डॉ. आंबेडकर यांनी दिले होते. पुढे १४ ऑक्टोबर १९५६ रोजी त्यांनी असंख्य अनुयायांसह नागपूरमध्ये बौद्ध धर्माची दीक्षा घेतली.

पाश्चात्त्य जगापूर्वी भारतात निर्माण झाले असे म्हणता येते. बाबासाहेबांनी आधुनिक मूल्यांना हा नवा आयाम दिला आणि हा आयाम भारताच्या बौद्धिक पहिलेपणाची प्रस्थापना करणारा होता. जागतिक 'डिस्कोर्स'मध्ये भारताचे बौद्धिक नेतृत्व बाबासाहेबांनी या प्रकारे मांडले.

या माणसाच्या बौद्धिक प्रस्थापनेत पूजा आणि भक्ती कुठेही बसत नाही. श्रद्धाही बसत नाही आणि अंधश्रद्धाही बसत नाही. बुद्ध म्हणजे चिकित्सेचा तेजोनिधी आहेत. बाबासाहेब तर जगातील सर्वच उजेडायनाचे निष्कर्षरूप आहे. शरणागती नावाचे कोणतेही कलम धम्माच्या संविधानात नाही.

कर्मकांड नावाचा कोणताही परिच्छेद धम्मात नाही. कोणतेही दुय्यमत्व, कोणतीही विषमता धम्मात नाही. बावीस प्रतिज्ञांमध्ये कर्मकांडाला कोणताही थारा नसलेली प्रखरतम इहवादिता बाबासाहेबांनी मांडली आहे. अत्तदीपत्वापासून फारकत घेणारा माणूस परावलंबी होतो. याचा अर्थ तो लाळघोट्या होतो. लाचार होतो. स्वाभिमानाचा कणा ताठ असणे म्हणजे अत्तदीपत्व. हा स्वाभिमानाचा कणा वाकला, की माणूस गुलामच होतो. तो स्वातंत्र्याला अर्थात धारदार मानवी अस्तित्वालाच पारखा होतो. सर्व प्रकारच्या सत्ता माणसांचे कणे प्रथम वाकवतात. त्यांना दलित करतात. हे दलित, मग आपले दलितत्व गोंजारत राहतात. गुलामच असे मग गुलामीचे संरक्षक कवच म्हणून काम करतात. राजकीय सत्ता, धर्मसत्ता, अर्थसत्ता आणि अज्ञानसत्ता माणसांचे कणे पोचट करण्याचे कार्य फार प्राथम्याने आणि काळजीपूर्वक करतात; त्यासाठी माणसांचा संबंध केवळ नामगजराशी, नामोत्सवाशी येईल, माणसे केवळ भाबडेपणात रंगून जातील आणि बुद्ध वा बाबासाहेब यांच्या क्रांतिविचारांशी लोकांचा संबंध येणार नाही; यासाठी वरील सर्व सत्ता प्रभावी यंत्रणा राबवीत असतात.

भक्तांची आणि अंधभक्तांची संख्या वाढत जाते आणि विचारनिष्ठांची संख्या रोडावत जाते. अज्ञानाचा सुकाळ म्हणजे ज्ञानाचा दुष्काळ, अविचारच मग लोकांचे नियंत्रण करीत राहतो. असे नियंत्रण करण्याची भयंकर स्पर्धा अविचारांमध्ये, अज्ञानांमध्ये म्हणजे फसवणुकीच्या यंत्रणांमध्ये लागते.

धम्म जातिधर्मविहीन

बाबासाहेबांचे आणि बुद्धांचे मूलतत्त्ववादांचा आणि विषमतेचा आणि शोषणाचा विध्वंस करू पाहणारे धम्माचे महाकथन उत्सवाच्या, भक्तपणाच्या वा नामस्मरणाच्या ढगाआड गायब केले जाते. बुद्ध आणि बाबासाहेबांच्या इहवादी, बुद्धवादी विज्ञाननिष्ठ आणि समतावादी क्रांतितत्त्वज्ञानाचा रिमोट किती लोकांच्या हातात आहे, किती लोकांच्या

जीवनशैलीचे नियंत्रण तो करीत आहे? धम्म हे नियंत्रण आपल्याला मागतो आहे.

बुद्धाचा आणि बाबासाहेबांचा धम्म जातिधर्मविहीन निरामय माणसाच्या निर्माणाच्या कार्यशाळेसारखा आहे. वर्चस्वावर, शोषणावर उभी असलेली सरंजामी आणि भांडवली मानसिकता ज्यांच्यात आहे, त्या विषमतेचे भक्त असलेल्या तोंडात धम्म हा शब्द शोभत नाही. त्यांच्या ओठावरील बुद्ध आणि बाबासाहेब हे शब्द अतार्किक वाटतात. असे होऊ नये यासाठी आपण सर्वांनी धम्माच्या शुद्धीकरण चळवळीशी, सतत पुनर्रचनाशील प्रवृत्तीशी आणि माणुसकीशी आपले नाते जोडायला हवे. धम्माची फसवणूक टाळण्यासाठी आणि त्याचा सन्मान करण्यासाठी हेच करण्याची गरज आज निर्माण झाली आहे.

३

लोकशाहीचे कडवे पुरस्कर्ते

डॉ. बाबासाहेब आंबेडकर हे लोकशाहीचे कडवे पुरस्कर्ते होते, हे शपथेवर सांगण्याची गरज नाही. भारत हा सदैव लोकशाहीप्रधान देश राहायला हवा. येथे अराजकता निर्माण होता कामा नये. भारतातील लोक, सत्ताधारी आणि विरोधी पक्ष या सर्वांनीच लोकशाही टिकविण्यासाठी सावध असले पाहिजे, यावर भारतीय संविधानाचे शिल्पकार डॉ. बाबासाहेबांचा कटाक्ष होता.

– डॉ. गंगाधर पानतावणे

डॉ. बाबासाहेब आंबेडकर म्हणत हुकूमशाही ही भारताची परंपरा नव्हे. लोकशाहीच भारतीय अस्मितेचे खरे प्रतीक आहे. जगातील वेगवेगळ्या राष्ट्रांत लोकशाहीच्या भिन्न-भिन्न कल्पना अस्तित्वात राहिल्या आहेत. भिन्न भिन्न व्याख्याही उपलब्ध आहेत. बाबासाहेबांची व्याख्या स्वतंत्र आणि मूलभूत अशा स्वरूपाची आहे. ते म्हणतात, ''रक्तपाताशिवाय लोकांच्या आर्थिक आणि सामाजिक जीवनात क्रांतिकारी बदल घडवून आणणाऱ्या शासन व्यवस्थेच्या प्रकारास आणि पद्धतीस लोकशाही म्हणतात.'' (वकील संघासमोरील भाषण, पुणे २२-१२-१९५२)

रक्तपात घडवून लोकशाहीची स्थापना करणे बाबासाहेबांना मान्य नाही. ती एक प्रकारे हुकूमशाहीच ठरेल. म्हणून प्रश्न असा उपस्थित होईल की, लोकशाहीचे यशस्वी गमक कोणते? समता हे तिचे अंतःसूत्र आहे. देशात समता हवी. शोषण आणि शोषितवर्ग नको. सर्व सुविधा भोगणारा वर्ग आणि केवळ कष्ट करणारा राबणारा वर्ग अशी विसंगती लोकशाहीला अभिप्रेत नाही. अशी विसंगती असेल, तर मग मात्र रक्तपात अटळ असतो. सामाजिक विषमता जगातील लोकशाहीमध्ये फार मोठा अडसर राहिलेला आहे, हे भान भारतीयांनी ठेवायलाच हवे. ते ठेवले नाही, तर या देशात लोकशाही स्थिरावणार नाही, असे स्पष्टपणे बाबासाहेबांनी बजावले होते.

प्रभावी विरोधी पक्षाची गरज

संसदीय लोकशाही पद्धती ही आदर्श पद्धती असल्याने देशाच्या कारभारात काही मूल्ये स्वीकारावी लागतात. त्यातील महत्त्वाचे मूल्य म्हणजे विरोधी पक्ष. प्रभावी विरोधी पक्षाशिवाय संसदीय लोकशाही जिवंत राहू शकत नाही. सत्ताधारी पक्षावर अंकुश असतो, तो विरोधी पक्षाचा. सत्ताधाऱ्यांना आपल्या प्रत्येक कृतीचे समर्थन करता येऊ नये म्हणूनही विरोधी पक्ष अपरिहार्य असतो. याचा अर्थ उठसूठ सत्ताधारी पक्षाला राजीनामा मागावा असा होत नाही. काहीही घडले, तरी त्याचे खापर सत्ताधाऱ्यांच्या डोक्यावर फोडणे हे अलीकडचे चित्र पाहिले, की विरोधी संसदीय लोकशाहीच्या मर्यादांचे भंग करीत आहे की काय, असे जाणवते. डॉ. बाबासाहेब म्हणत, ''सत्ताधारी पक्ष आणि विरोधी पक्ष दोन्ही संसदीय लोकशाहीच्या शकटाची दोन चाके आहेत. प्रभावी विरोधी पक्ष हवाच; त्यामुळे सत्ताधाऱ्यांवर नियंत्रण ठेवता येते. सत्ताधाऱ्यांच्या मनमानीला लगाम घालता येतो.''

संसदीय लोकशाहीला एकपक्षीय किंवा एकजातीय सत्ता नेहमीच धोका ठरते. हे बाबासाहेबांचे मत द्रष्टेपणाचे आहे. तमिळनाडू, उत्तर प्रदेश, बिहार, महाराष्ट्र या प्रदेशांनी ते सिद्धच केले आहे. म्हणून ते म्हणतात, की एकजातीय वा एकपक्षीय सत्ता

फार काळ राहाता कामा नये; कारण लोकशाहीच्या रक्षणाच्या दृष्टीने ते अपरिहार्य आहे. डॉ. बाबासाहेब आंबेडकरांनी लोकशाहीच्या यशस्वितेसाठी आणखी एक पूर्वअट विशद केली आहे. ते म्हणतात, की कायदा आणि प्रशासन यापुढे सर्व माणसे समान आहेत. त्या विधानाची चिरंतनता तर आज विशेषत्वाने पडताळून पाहण्यासारखी आहे. जगातील अनेक राष्ट्रांत सत्ताधारी पक्ष इतरांना सापत्नभावाची वागणूक देतो, असा अनुभव आहे; म्हणूनच बाबासाहेब म्हणतात, की एकाला एक कायदा आणि दुसऱ्याला दुसरा कायदा ही लोकशाहीची विटंबना होय. त्यामुळे सत्ताधारी पक्षाने डोळ्यांत तेल घालून समानतेचे सूत्र अवलंबायला हवे. बाबासाहेबांनी या संदर्भात अमेरिका आणि इंग्लंड या दोन देशांचे उदाहरण दिले आहे. ते म्हणाले, की त्या काळी या दोन्ही देशांनी असमानतेचा कित्ता गिरविल्यामुळे त्या देशांचे प्रचंड नुकसान झाले; परंतु त्या देशातील सत्ताधाऱ्यांच्या हे लक्षात येताच, त्यांनी आपले पवित्रे बदलले. कारण ही 'नाशपद्धती' आहे. भारतीय सत्ताधाऱ्यांनीसुद्धा लोकशाही जिवंत ठेवण्यासाठी हा इतिहास लक्षात ठेवायला हवा. बाबासाहेबांनी पुढे कटाक्षाने सांगितले होते, की सत्ताधारी पक्षाने प्रशासनात कोणताही व कधीही हस्तक्षेप करता कामा नये. कारण मंत्री बदलतात; पण प्रशासकीय सेवा स्थायी स्वरूपाची असते. सरकार- मग ते प्रादेशिक असो की मध्यवर्ती, हे पथ्य पाळायलाच हवे. त्याशिवाय लोकशाही निर्लेप राहू शकणार नाही.

'संवैधानिक नीतिमत्ते'ला महत्त्व

'संवैधानिक नीतिमत्ते'ला बाबासाहेब सर्वाधिक महत्त्व देतात. त्यांनी त्यासाठी एक दृष्टांतही दिला आहे. ते म्हणतात, की क्रीडा क्षेत्रात ज्याप्रमाणे काही नियम असतात आणि त्यांचे पालन क्रीडाकर्मींला करावेच लागते; तसेच लोकशाहीत संविधान पालनासाठी काही नियम असतात आणि त्यांचे पालन म्हणजे 'संवैधानिक नीतिमत्ता' होय. बाबासाहेबांनी या संदर्भात अमेरिकेचे राष्ट्राध्यक्ष जॉर्ज वॉशिंग्टन यांचा हवाला दिला. वॉशिंग्टन अमेरिकेत लोकप्रिय होते. त्यांना कोणी स्पर्धक नव्हता. दरवेळी अध्यक्ष म्हणून निवडून येणे त्यांना अशक्य नव्हते; परंतु वॉशिंग्टन यांनी आनुवंशिकतेला विरोध केला. आनुवंशिक राजसत्ता त्यांनी नाकारली आणि तिसऱ्यांदा अध्यक्षपद स्वीकारण्यास त्यांनी नकार दिला. भारतातील सत्ताधीशांनी आजसुद्धा या बाबीचा विचार केला पाहिजे. आनुवंशिकता म्हणजे आजची घराणेशाही संवैधानिक नीतिमत्तेचे कितपत पालन करते, याचा गांभीर्याने विचार करायला हवा. बाबासाहेब लोकशाहीच्या रक्षणाचा किती मूलभूत विचार करतात, हे आजही प्रचीतीस येते. संवैधानिक नीतिमत्ता

पंढरपूर येथे संत गाडगेबाबांनी 'चोखामेळा धर्मशाळा' बांधली.

१४ जुलै, १९४९ला ही धर्मशाळा संत गाडगेबाबा, कर्मवीर भाऊराव पाटील आणि डॉ. बाबासाहेब आंबेडकर यांच्या उपस्थितीत 'पंढरपूर पीपल्स एज्युकेशन सोसायटी'कडे सुपूर्द करण्यात आली.

शाबूत राखण्यासाठी राज्यकर्त्यांनी आसुरी महत्त्वाकांक्षेपासून दूर राहायला हवे, हाच त्याचा इत्यर्थ!

लोकशाहीमध्ये आणखी एक पथ्य पाळावयाचे असते, ते म्हणजे बहुमतधारकांनी अल्पमतधारकांची मुस्कटदाबी करता कामा नये. असे घडले तर सत्ताधाऱ्यांविरुद्ध सतत स्थगन प्रस्ताव किंवा निंदाव्यंजक प्रस्ताव येत असतात. बाबासाहेब इशारा देतात, की सत्ताधारी पक्षाने याबाबत सतर्क राहून अशी परिस्थिती संभवणार नाही याची काळजी घ्यायला हवी. हीसुद्धा एक प्रकारे 'संवैधानिक नीतिमत्ता'च होय. देशाला सुस्थिर आणि सबल राखण्यासाठी बहुमतधाऱ्यांनी हे पथ्य पाळायलाच हवे. त्याशिवाय लोकशाही चिरस्थायी होणे असंभव!

जातिव्यवस्थेबद्दलचे विचार

जातिव्यवस्थेमुळे हिंदू धर्मात परिवर्तन घडवून येणे अशक्य आहे. त्यामुळे डॉ. बाबासाहेब आंबेडकरांनी हिंदू धर्माचा त्याग करत बौद्ध धर्माचा स्वीकार केला.

१. जातिव्यवस्था ही श्रमविभाजनाच्या तत्त्वानुसार निर्माण झाली नाही.

२. जातिव्यवस्था ही माणसाच्या अंगी असणाऱ्या गुणांवर आधारलेली नाही. गुण हे नैसर्गिक असतात. जातिव्यवस्था पूर्णपणे अनैसर्गिक आहे.

३. जातिव्यवस्थेने समाजात उच्च-नीचता निर्माण केली. भेदाभेद निर्माण केला.

४. जातिव्यवस्था ही पूर्वकर्माशी व पुनर्जन्माशी जोडली गेली. त्यामुळे ती अशास्त्रीय आहे.

५. जातिव्यवस्थेचे स्वरूप अकरणात्मक आहे. यात आंतरजातीय विवाह मान्य नाहीत. त्यामुळे हिंदूंचा वंश संकुचित झालेला दिसतो.

६. जातिव्यवस्थेमुळे हिंदू समाजाचे विघटन झाले आहे आणि नैतिक अवनतीसुद्धा झालेली आहे.

७. जाति-जातीमधील तणाव वाढल्याने सामाजिक संबंध बिघडले.

८. जातिव्यवस्थेमुळे माणूस संकुचित झाला.

लोकन्यायालय : जबाबदार संस्था

लोकशाहीत लोकन्यायालय ही एक जबाबदार संस्था असते. डॉ. बाबासाहेब न्यायसंस्थेला अनन्यसाधारण महत्त्व देतात. त्यांनी या संदर्भात व्यक्त केलेले विचार आजही मननीय आहेत. ते म्हणतात, की अन्यायग्रस्तांना न्याय प्राप्त होण्यासाठी सत्ताधाऱ्यांनी कटिबद्ध असले पाहिजे. किंबहुना ते त्यांचे कर्तव्यच आहे. अन्यायाच्या विरोधात उभे राहणे आणि न्यायाचा उपमर्द न करणे, ही सत्ताधाऱ्यांची कर्तव्यजाणीव लोकशाहीला दृढता आणि पक्केपणा प्रदान करते. आपल्यावर सतत अन्याय होतो, ही अल्पसंख्याकांच्या मनातील भावना पुसून गेली पाहिजे. ती वाढीला लागता कामा नये; यासाठी न्यायसंस्थेने नेहमीच सतर्क राहायला हवे. न्याय संस्थेवरील विश्वास उडून जाणे, ही लोकशाहीतील भळभळणारी जखमच म्हणावी. न्यायसंस्थेच्या विरोधात

बंडखोरी ही कल्पनाच दुःसह आहे. डॉ. बाबासाहेब आंबेडकर हे लोकशाहीचे कडवे पुरस्कर्ते होते, हे शपथेवर सांगण्याची गरज नाही. भारत हा सदैव लोकशाहीप्रधान देश राहायला हवा. येथे अराजकता निर्माण होता कामा नये. भारतातील लोक, सत्ताधारी आणि विरोधी पक्ष, या सर्वांनीच लोकशाही टिकविण्यासाठी सावध असले पाहिजे, यावर भारतीय संविधानाचे शिल्पकार डॉ. बाबासाहेबांचा कटाक्ष होता. राष्ट्रपुरुष राष्ट्राची अविरत चिंता वाहतात, हे सत्य निरामय आहे.

विभाग २

'लोकशाही म्हणजे प्रजासत्ताक किंवा संसदीय सरकार नव्हे.
लोकशाही म्हणजे सहजीवनासह राहण्याची पद्धती.'

—डॉ. बाबासाहेब आंबेडकर

'बुद्धिमत्तेचा विकास हे मानवी अस्तित्वाचे अंतिम लक्ष्य असले पाहिजे.'

B.R.Ambedkar

४

डॉ. बाबासाहेब आज असते तर?

आपल्या भारतीय समाजाला आपण सभ्य समाज म्हणण्याचा हक्क गमावून बसतो आहोत. नैतिकता व बुद्धिनिष्ठता हे कोणत्याही आधुनिक सभ्य समाजाचे आधारस्तंभ असतात. आज आपण अधिक असभ्य, अमानवी, अंधश्रद्ध व सनातनी बनत आहोत काय; याचा गंभीरपणे विचार जागृत व सजग नागरिकांनी करायला हवा. घटनात्मक मानवी मूल्यांचे जतन करायला हवे.

- प्रा. डॉ. सुधीर गव्हाणे

गेली ७६ वर्षे आपण सर्व नागरिकांनी भारताची लोकशाही व्यवस्था पक्केपणाने १४० कोटी जनतेने जिवापाड जपली आहे, टिकवून ठेवली आहे, हे पाहून माझा ऊर भरून येतोय. आज माझ्या जयंतीनिमित्त आपणाशी मी संवाद करू इच्छितो.

'आपल्या शेजारील राष्ट्रांत होणारी हिंसाचार, अस्थिरता, दुर्बल होणारी लोकशाही आणि युद्धे पाहता हे खूप महत्त्वाचे आहे नि आपल्या कोट्यवधी जनतेच्या शहाणपणाचे लक्षण आहे. गेल्या सत्तर वर्षांत भारताने सामाजिक समतेच्या दिशेने दमदार पाऊलं टाकली, दलित, आदिवासी, वंचित वर्ग नि महिला समाजाच्या सर्व क्षेत्रात पोचलेले मी पाहतोय, प्रमाण कमी असले तरी प्रगती लक्षणीय आहे, लोकशाही व्यवस्थेत हजारो वर्षे सत्तेबाहेर राहिलेला समाज नि महिला नेत्रदीपक कर्तबगारी दाखवताहेत, ही शांततामय क्रांतीच नाही का?'

राज्यघटनेतून नवभारताची निर्मिती

'मी जिवाची पर्वा न करता, अपार कष्ट घेऊन लिहिलेल्या राज्यघटनेतून नवभारत उभा राहत आहे. या सामाजिक व आर्थिक न्यायालय आधारित नव्या भारताची स्वप्नं माझ्याप्रमाणेच आपल्या स्वातंत्र्य लढ्यातील सेनानींनी तसेच महान समाजसुधारकांनी पाहिलेली होती. घटनेला अभिप्रेत भारत हळूहळू व लोकशाही व्यवस्था सांभाळत देश उभा राहत आहे हे मनस्वी आनंददायक आहे. विज्ञान तंत्रज्ञानातील, शिक्षणातील भारताची झेप नक्कीच कौतुकास्पद आहे. 'चूल नि मूल' या तुरुंगवासातील महिला आता ताठमानेने सर्व क्षेत्रात आपला झेंडा फडकवत आहेत. व्वा! खूपच छान वाटचाल होतेय, पंचायतराज व्यवस्थेत खेड्यापाड्यातील महिला राजकीय आरक्षणाचा लाभ घेत नवे नेतृत्व उभे करत आहेत. केवळ पुरुषांचे मानले गेलेले राजकीय सत्ताक्षेत्रही काबीज करताहेत हे काय कमी यश आहे?'

मानवी मूल्यांचे जतन व्हावे

'कोणत्याही समाजाची प्रगती मी त्या समाजातील महिलांच्या प्रगतीवरून मोजायला हवी, हे माझे मत आपण जाणताच. आज आपल्या देशात महिला पुढे येत असताना त्यांच्यावर अमानुष अत्याचार आपलेच शिक्षित व अशिक्षितही समाजबांधव करताहेत. हे मोठ्या शहरात होतेय तसंच खेड्यातही. हे लांछनास्पद नव्हे काय? आपल्या भारतीय समाजाला आपण सभ्य समाज म्हणण्याचा हक्क गमावून बसतो आहोत. माझे आग्रही म्हणणे आहे की, नैतिकता व बुद्धिनिष्ठता हे कोणत्याही आधुनिक सभ्य समाजाचे आधारस्तंभ असतात. आज आपण अधिक असभ्य, अमानवी, अंधश्रद्ध व सनातनी

बनते आहोत काय याचा गंभीरपणे विचार जागृत व सजग नागरिकांनी करायला हवा. घटनात्मक मानवी मूल्यांचे जतन करायला हवे.'

पण, माझ्या भारतातील बंधू-भगिनींनो, याचबरोबर मला अतीव दुःख होते नि सात्त्विक संतापही येतो हे पाहून की, आपल्या देशातील धार्मिक, जातीय तेढ वाढतेय, धर्मात्मा नावाने आपल्याच बंधूभगिनींवर अत्याचार, जाळपोळ होताहेत, दलित-आदिवासींवर अन्याय अत्याचार चालूच आहेत, नव्हे वाढताहेत, महिला नि मुली-आपल्या लेकीबाळींवर आपलेच लोक अत्याचार-बलात्कार करत आहेत, मी नेहमीच अल्पसंख्य समाजाचे रक्षण करणे हे बहुसंख्याकांचे कर्तव्य आहे असे सांगितले, कुठल्या राज्यात मुस्लीम अल्पसंख्याक आहेत तर कुठे हिंदू तर कुठं शीख तर कुठं ख्रिश्चन. या सर्वांना आपले मानून बंधुभाव जपायला हवा, तो मला तुटताना दिसत आहे. जातीय व धार्मिकद्वेष वाढताना दिसतोय. राजकीय स्वार्थासाठी दुरुपयोग होताना दिसतो. भारताच्या ऐक्याला व एकात्मतेला हा परकीय आक्रमणांपेक्षाही मोठा धोका आहे. माझे मन विदीर्ण होते. आपल्या देशाचे तुकडे पडू द्यायचे नसतील तर हे माणुसकीला नि देशाच्या ऐक्याला काळिमा लावणारे भयंकर प्रकार थांबवायला हवेत. ब्रिटिशांच्या महाशक्तिशाली, बलवान वसाहतवादी नि जुलमी सत्तेविरुद्ध स्वातंत्र्याचा सूर नि स्वर काढणे सोपे साधे नव्हते. बलदंड, अजस्र इंग्रजांविरुद्ध लढा उभारणे याला बलदंड मनाची, निग्रहाची नि अतीव साहसाचीच माणसे हवी होती. शेकडोंनी दिलेल्या त्यागाला-हुतात्म्यांना विसरू नका.

सामाजिक स्वातंत्र्याचा लढा

लोकशाही मूल्ये प्राणपणाने जपा. मी आणि महात्मा गांधींनी नेहमीच सत्याग्रहाचा, अहिंसेचा मार्ग अवलंबला. माझी नि गांधीची आंदोलने पाहा शांततामयच होती ना? माझा लढा तर सामाजिक स्वातंत्र्याचा होता, मग तो चवदार तळ्याचा असो की काळाराम सत्याग्रह की मंदिर प्रवेश की खोतांविरुद्धचा शेतकरी मोर्चा मी तर तथागत गौतम बुद्धाचा परमशिष्य, विश्व शांतीचा पुजारी. मानवता, समतेचा लढवय्या. मी किंवा महात्मा गांधींनी कधी शस्त्र हाती घेतले नाही? मग आज कधी जातीच्या, कधी धर्माच्या, कधी संस्कृतीच्या, कधी भाषेच्या, कधी परंपरेच्या, कधी कशाच्या नावावर हे द्वेषमूलक विषारी वातावरण आपण का बिघडवतोय नि भारतमातेच्या शत्रूंना मदत करतोय, लक्षात ठेवा मी सांगितले आहे तुम्हा सर्वांना, 'आधी आपण भारतीय आहत नि नंतरही भारतीय आहेत' आपला जातधर्मपंथसंस्कृती घरात राहिली पाहिजे. बाहेर आपण सारे भारतीय आहोत, ही प्रतिज्ञा विसरत चाललोय आपण. तुम्ही एकमेकांचा

द्वेष करताय, हल्ले करताय, खाणेपिणं, कपडे काढताय, जोरजबरदस्ती करत आहात, असा भारत एकात्म-एक कसा राहील? मग आपल्या देशाचे शत्रू याचा फायदा घेणारच ना? सांगा तुम्हीच! जे लोक आपल्या देशातील मानवता नि राष्ट्रीय ऐक्य तोडताहेत ते देशाचे शत्रूच आहेत असे तुम्ही समजायला हवे. मग ते कोणत्याही जाती-धर्माचे, पंथांचे असेना का? खरंय ना?

'आधी भारतीय नंतर हिंदू..'

मी म्हटले होते, 'मी आधी भारतीय नि नंतर हिंदू, मी आधी भारतीय मग मुस्लीम, मी आधी भारतीय मग ख्रिश्चन, मी आधी भारतीय मग बुद्धिस्ट हा विचार मला मान्य नाही. सर्व भारतीय नागरिकांनी हेच तत्त्व मानलं पाहिजे की, 'मी आधी भारतीय नि नंतरही भारतीयच' (I am Indian First and Indian Last) हा भारतीय राष्ट्रीयत्वाचा विचार रोमारोमात भिनवला तरच आपण खरे भारतीय नि राष्ट्रभक्त ठरू.

'जीवन खूप मोठे नाही तर महान असायला हवे.'

B. R. Ambedkar

५

बाबासाहेबांना समजून घेताना...

एक काळ होता, बाबासाहेबांची जयंती केवळ आंबेडकरी जनताच साजरी करायची. आपण जे काही आहोत ते डॉ. बाबासाहेबांमुळे ही भावना त्यामागे होती, आहे आणि यापुढेही राहील यात वाद नाही. खरे तर *'जब तक चांद सूरज रहेगा, बाबा तुम्हारा नाम रहेगा...'* ही घोषणा जणू बाबासाहेबांसाठीच आहे इतके या जयंतीचे महत्त्व वाढत आहे. शिवाय महिनाभर ज्या महापुरुषाची जयंती सर्व स्तरांतून साजरी केली जाते, ते महापुरुष जगाच्या पाठीवर बाबासाहेब एकमेव आहेत.

– प्रा. बाबा गाडे

'युनो'सह जगातल्या अनेक देशांत बाबासाहेबांची जयंती साजरी होत असते. इतकेच काय, अलीकडच्या काळात सर्वच राजकीय पक्षांना बाबासाहेब प्रातःस्मरणीय आहेत. विशेष म्हणजे जे कालपर्यंत बाबासाहेबांना हिंदू धर्माचे द्वेष्टे म्हणून पाण्यात पाहत होते, त्याच विचारधारेचे लोक आज मनात नसले तरी बाबासाहेबांचे नामस्मरण करीत आहेत, तर काही नेते स्वतःला त्यांचे भक्त म्हणवून घेत आहेत. किंबहुना बाबासाहेबांचे स्मरण केल्याशिवाय, त्यांचे नाव घेतल्याशिवाय, त्यांच्या फोटोला पुष्पहार घातल्याशिवाय अनेक राजकीय नेत्यांच्या सभाच सुरू होत नाहीत. आता तर या राजकीय पक्षांची बाबासाहेबांचे आम्हीच खरे समर्थक आहोत हे पटवून देण्याची जणू स्पर्धाच लागली आहे. यामागे दोन कारणे आहेत.

बाबासाहेब हवेत मतांपुरते

एक म्हणजे बाबासाहेबांच्या नावाने मोठी व्होट बँक हातात येते आणि दुसरे फुले, शाहू, आंबेडकरांच्या नावाचा जयघोष केल्यामुळे अशा नेत्यांची पुरोगामित्वाची प्रतिमा उजळ होण्यास मदत होते. ही सगळी नाट्यमयता वगळता खरोखरच बाबासाहेबांच्या विचारांनी राजकारण केले तर या देशात सामाजिक न्यायाचे आणि समतेचे प्रजासत्ताक गणराज्य निर्माण होण्यास विलंब लागणार नाही ; परंतु या सर्व राजकारण्यांना बाबासाहेब मतांपुरते, तर समाजकारण करणाऱ्या लोकांना बाबासाहेब भिंतीवर टांगल्या जाणाऱ्या सुविचारांपुरते हवे आहेत. बाबासाहेबांच्या जयंतीनिमित्ताने या प्रवृत्तीला कुठे तरी अर्धविराम देऊन खऱ्या अर्थाने आंबेडकरी विचारांचा स्वीकार करणे हीच बाबासाहेबांना खरी आदरांजली ठरू शकेल. त्यांचे दैवतीकरण न करता.

डॉ. बाबासाहेब आंबेडकरांच्या सामाजिक, धार्मिक आणि राजकीय विचारधारेचे अवलोकन करताना मुळात आंबेडकरी विचार म्हणजे काय? किंवा आंबेडकरवाद म्हणजे काय, हे यानिमित्ताने समजून घेणे गरजेचे आहे. एक तर प्रारंभीच्या काळात काही प्रवृत्तींनी बाबासाहेबांना त्यांच्या जातीपुरते मर्यादित ठेवण्याचा जाणीवपूर्वक प्रयत्न केला. भारतीय घटनेचे शिल्पकार अशी त्यांची ओळख करून न देता दलितांचे कैवारी म्हणून त्यांची ओळख करून दिली गेली ; त्यामुळे सर्वसामान्य भारतीयांच्या मनात बाबासाहेब म्हणजे दलितांचे कैवारी अशीच प्रतिमा निर्माण झाली आणि आंबेडकरी विचारांपासून बहुसंख्य भारतीय समाजाची खऱ्या अर्थाने फारकतच झाली ; परंतु बदलत्या काळानुसार या देशातील मागासलेल्या बौद्धेतर जातिधर्मीयांना आणि एकूणच भारतीय समाजाला डॉ. बाबासाहेबांचे खरे विचार समजले तेव्हा आता कुठे लोकांना कळते आहे, की बाबासाहेब केवळ दलितांचे कैवारी नव्हते तर ते सर्व भारतीयांचे नेते होते.

प्रतिमा हिंदू धर्मद्वेष्टे म्हणून

बाबासाहेबांच्या या खऱ्या राष्ट्रवादी चेहऱ्याला आचार्य प्र. के. अत्रे यांनी त्यांच्या काळात उघड करण्याचा प्रयत्न केला; परंतु त्यांच्या हिंदुत्ववादी टीकाकारांनी बाबासाहेबांची प्रतिमा हिंदू धर्मद्वेष्टे अशी करून त्यांना हिंदुत्वाचा शत्रू घोषित करून टाकले. अर्थात, या मंडळींचा धार्मिक प्रभाव आचार्य अत्रेंपेक्षा नक्कीच अधिक होता. बाबासाहेबांचे दुसरे खंदे पुरस्कर्ते होते प्रबोधनकार ठाकरे. त्यांनीही बाबासाहेबांची प्रतिमा मानवतावादी असल्याचे तत्कालीन समाजव्यवस्थेला सांगण्याचा प्रयत्न केला; परंतु आंबेडकरविरोधी प्रवृत्तींनी बाबासाहेबांना खलनायक घोषित करून टाकले. याच पूर्वग्रहामुळे अजूनही काही समाजघटकांच्या मनातून ही मानसिकता गेल्याचे दिसत नाही. खरे तर बाबासाहेबांचा मूळ विचार काय होता? त्यांनी तथाकथित हिंदू धर्मातील कोणत्या गोष्टींना आणि काय म्हणून विरोध केला? हे यानिमित्ताने मुळातून समजून घेणे गरजेचे आहे.

या ठिकाणी आपण हे लक्षात घेणे गरजेचे आहे की, एकीकडे डॉ. बाबासाहेब भारतीय समाजातील मानवनिर्मित विषमतेची कारणे शोधत होते; तर दुसरीकडे सनातन्यांनी त्यांच्यावर हिंदुद्वेष्टे म्हणून शिक्कामोर्तब करणे सुरू केले होते. तथाकथित हिंदू धर्मातील विषमता नष्ट करावी आणि कोणत्याही जातिधर्मातील लोकांना आणि अतिशूद्र म्हणून गणल्या जाणाऱ्या स्त्रियांना माणूस म्हणून वागणूक द्यावी. मंदिरात जाताना कोणालाही मज्जाव असू नये. निसर्गनिर्मित पाण्यावर सर्वांचाच समान अधिकार असावा यासाठी बाबासाहेबांनी शेवटी थेट आंदोलनाचे हत्यार उपसले. कारण शेवटी हक्क मागून मिळत नाहीत, याची तीव्र जाणीव त्यांना झाली होती. या सर्व आंदोलनांमागे हिंदू धर्मात समानता यावी हाच बाबासाहेबांचा एकमेव उद्देश होता; परंतु बाबासाहेबांची ही भावनाच कुणी समजून घेतली नाही.

सनातनी धर्मव्यवस्थेकडून धर्मद्रोही घोषित

स्वतंत्र भारतातील हिंदू धर्मात आजही हेच प्रश्न कायम आहेत. मुद्दा असा आहे, की बाबासाहेबांच्या मानवी हक्कांकडे दुर्लक्ष करून सनातनी धर्मव्यवस्थेने त्यांनाच धर्मद्रोही म्हणून घोषित केले. तसे पाहिले तर बाबासाहेब महात्मा फुले यांचे कट्टर अनुयायी. वास्तविक बाबासाहेबांनी ज्यांना गुरुस्थानी मानले त्या महात्मा फुले यांनी अखेर सनातनी हिंदू धर्मात सुधारणा करण्याचा नाद सोडून कधीही न सुधारणाऱ्या हिंदू धर्माचा केवळ त्यागच केला नाही, तर सत्यशोधक धर्माची स्थापनाच करून टाकली आणि या चर्चेलाच पूर्णविराम दिला. याची माहिती बाबासाहेबांना होती तरीही त्यांनी

हिंदू धर्मात सुधारणा घडवून आणण्याचा प्रामाणिक प्रयत्न सोडता सोडला नाही.

भारतीय समाजाच्या अमानवीय विषमतेचे मूळ तथाकथित हिंदू धर्मात आहे. याच जाणिवेतून त्यांनी तत्कालीन हिंदू धर्माच्या पाठीराख्यांना या धर्मात सुधारणा करण्याचे वेळोवेळी आवाहन करून पाहिले; पण कोणी ऐकायलाच तयार नाही म्हणून १९३५ला तर त्यांनी येवला येथे जाहीर कार्यक्रमातून 'मी हिंदू म्हणून जन्माला आलो असलो तरी हिंदू म्हणून मरणार नाही,' अशी घोषणा केली. तरीही सनातनी हिंदूंनी त्यांची ही घोषणा फारशी गांभीर्याने घेतली नाही.

ब्रिटिशांशी लढताना गांधीजींच्या दृष्टीने सर्व भारतीय समाज हिंदू होता; परंतु जेव्हा हिंदूच हिंदूंचा अमानुष छळ करीत, त्यांचे माणूसपण नाकारीत तेव्हा मात्र गांधीजी त्यांच्या सनातनी हिंदूंना रोखू शकत नव्हते. गांधीजींच्या या विसंगत सामाजिक वर्तणुकीने बाबासाहेब त्रस्त होत. अस्वस्थ होत. बाबासाहेब म्हणत, गीता जर सगळे विश्व ब्रह्ममय आहे असे मानते तर मग ब्राह्मण धर्मातून बहिष्कृत केलेल्या संत ज्ञानेश्वरांनी पुन्हा ब्राह्मण धर्मात जाण्याचा आटापिटा का करावा?

अनिष्ट चालीरीती, प्रथांच्या विरोधात

हिंदू धर्माला एकसूत्रीपणा यावा म्हणून बाबासाहेबांनी इतक्या संघर्षानंतरही हिंदुत्वाच्या भल्यासाठी संसदेत 'हिंदू कोड बिल' मांडलेच. याच बिलात त्यांनी स्त्रियांना अधिक समानतेचा अधिकार दिला होता, ही गोष्ट अखंड हिंदू समाजाच्या कल्याणाचीच होती; पण हिंदूंना ते कळलेच नाही. याच कारणावरून बाबासाहेबांनी मंत्रिपदाचा त्याग केला. याच हिंदू कोड बिलाला नेहरू आणि काँग्रेसच्या सरकारांनी तुकड्या तुकड्यात पास केले. ज्याचा फायदा भारतीय स्त्रियांना आज होतो आहे. या बिलाबाबत बाबासाहेब म्हणतात, 'हिंदू धर्म एखाद्या निबिड जंगलासारखा आहे, त्याचे रूपांतर नंदनवनात करण्याची माझी इच्छा होती.' तरीही बाबासाहेबांची प्रतिमा हिंदुद्वेष्टे म्हणून तयार करणे नक्कीच त्यांच्यावर अन्याय करण्यासारखे आहे. ते हिंदू धर्मातील अनिष्ट चालीरीती आणि अमानुष रूढी-परंपरा आणि अनिष्ट प्रथांच्या विरोधात होते; पण बाबासाहेबांना तत्कालीन धर्ममार्तंडांनी समजून घेतले नाही. आणि वर्तमानकाळातही समजून घेऊ दिले जात नाही, ही वस्तुस्थिती यानिमित्ताने आपण समजून घेतली पाहिजे.

धर्माचा विचार केवळ मानवतेचा

१४ ऑक्टोबर १९५६ ला तथाकथित अमानवी हिंदू धर्माचा त्याग करून सिद्धार्थ गौतमाने दिलेल्या याच मातीतील मानवतावादी बौद्ध धम्माचा स्वीकार केला आणि

हा विषय एकदाचा महात्मा फुले यांच्या पावलावर पाऊल टाकून संपवून टाकला. हा सद्धम्म स्वीकारण्यामागे त्यांची २१ वर्षांची ज्ञानसाधना तर होतीच; पण हिंदूंना आपल्या सनातनी हिंदू धर्मात सुधारणा करण्यासाठी हा कालावधी म्हणजे मोठी संधी होती; पण लक्षात कोण घेतो?

यानिमित्ताने प्रत्येक भारतीयाने एक गोष्ट लक्षात घेतली पाहिजे, की बाबासाहेबांचे कार्य त्रिस्तरीय होते. त्यांचे धर्मविषयक, सामाजिक आणि राजकीय विचार वेगळे आणि स्वतंत्र आहेत. त्याची सरमिसळ कोणीही करता कामा नये. अगदी त्यांच्या अनुयायांनीसुद्धा. त्यांच्या दृष्टीने धर्माचा विचार केवळ मानवाच्या कल्याणाचा असावा, मानवतेचा असावा, त्यात कोणतीही विषमता, लुबाडणूक असता कामा नये. शिवाय धर्म ही ज्याची त्याची व्यक्तिगत बाब असल्याने त्यावरून माणसा-माणसांत कोणतेही भेद नसावेत. ही त्यांची धार्मिक विचारधारा होती. सामाजिकदृष्ट्या समाजात न्याय, स्वातंत्र्य, समता (समरसता नव्हे) आणि बंधुभाव रुजावा यासाठी त्यांचा कायम आग्रह होता. तर राजकीयदृष्ट्या राष्ट्र हे सर्वांत पुढे असून त्याहून कोणताही धर्म, व्यक्ती किंवा विचारधारा श्रेष्ठ नाही याबाबतीत बाबासाहेबांचा राष्ट्रवाद प्रखर देशभक्तीचा होता. मी प्रथमतः भारतीय आहे आणि अंतिमतःसुद्धा भारतीयच आहे, हे डॉ. बाबासाहेबांशिवाय कोणीही बोलले नाही, हेही आपण लक्षात घेणे गरजेचे आहे.

भारतीयाला अभिमान वाटेल

डॉ. बाबासाहेबांच्या संदर्भात आचार्य अत्रे म्हणतात, ''बाबासाहेबांच्या विचारांना अजूनही भारतीय लोक समजू शकले नाहीत. ज्या दिवशी याची प्रचिती भारतीयांना येईल त्या दिवशी बाबासाहेबांविषयी प्रत्येक भारतीयाला अभिमान वाटेल इतके त्यांचे सर्व क्षेत्रांतील कार्य उत्तुंग आणि महान आहे.'' आणि आज ही वेळ आली आहे.

या देशाचा इतिहास लिहावा ही बाबासाहेबांची मनस्वी इच्छा होती. त्यासाठी त्यांनी आपल्या ऐतिहासिक अभ्यासास प्रारंभ केला तेव्हा ते म्हणतात, 'रामायण, महाभारताच्या मिथकापलीकडे काहीच हातात लागले नाही.' या दोन्हीही महाग्रंथांची चिकित्सा करताना जे त्यांना अभ्यासात आढळले त्यातूनच 'रिडल्स ऑफ रामा अँड कृष्णा' या ग्रंथाची निर्मिती झाली.

देव, पुनर्जन्म संकल्पना नाकारल्या

वास्तविक बुद्ध आणि हिंदू धर्मांचा काही एक संबंध नाही. बुद्धाने देव, पुनर्जन्म या संकल्पना पूर्णतः नाकारल्या आहेत. कर्मकांड नाकारले आहे. वेद पूर्णतः नाकारले

आहेत आणि १९५६ ला डॉ. बाबासाहेबांनी बुद्धांच्या याच विचारांची पुनर्मांडणी करून हिंदू धर्म, त्यांचे ग्रंथ, त्यांचे देव, सर्व प्रकारचे कर्मकांड सपशेल नाकारले आहेत.

डॉ. बाबासाहेबांची मनोभूमिका हिंदू धर्माविषयी अशी टोकाची असली, तरी या देशाची राज्यघटना लिहिण्याची संधी बाबासाहेबांना मिळाल्यानंतर त्यांनी आपल्या मनात कोणताही आकस न ठेवता आपली दृष्टी विशाल ठेवली. ही राज्यघटना लिहीत असताना ते कुठेही सूडबुद्धीने वागले नाहीत. या देशातील प्रत्येक भारतीयाचा विचार करून त्यांनी भारतीय राज्यघटनेत सर्वांना जो समान न्याय दिला त्याचीच मधुर फळे आपण मुक्तपणे चाखत आहोत. अभिव्यक्ती स्वातंत्र्य ही त्यांच्याच विचारांची मोठी देण आहे.

हीच आंबेडकरी विचारधारा

थोडक्यात काय, तर बौद्ध धम्माचा स्वीकार करूनही भारतीय राज्यघटनेत देशातील सर्व जातिधर्मांचे केवळ अस्तित्व डॉ. बाबासाहेबांनी मान्य केले नाही तर सर्व धर्मांनाही त्यांनी स्वातंत्र्याचा आणि समानतेचा अधिकार दिला. या देशात न्याय, स्वातंत्र्य, समता, बंधुत्व आणि खऱ्या अर्थाने लोकशाहीचे राज्य यावे, हीच काय ती आंबेडकरी विचारधारा आहे.

'नाचून मोठे होऊ नका तर वाचून मोठे व्हा! माझ्या नावाचा जयजयकार करण्यापेक्षा माझे अपूर्ण राहिलेले कार्य प्राणपणाने पूर्ण करा!'

B. R. Ambedkar

६

आव्हानांचे भान चेतविणारा दिन

श्रद्धा भाबडी अन् आंधळी असेल तर विचारनिष्ठेची नाळ तुटल्याशिवाय राहत नाही. नेमकी हीच बाब आंबेडकरी अनुयायांच्या घोर अधःपतनाला कारणीभूत आहे, याकडे गांभीर्याने पाहिले जात नाही. आपल्या पांगळेपणाच्या अन् ऱ्हासाची मीमांसा करण्याची हीच वेळ आहे. भीमजयंती म्हणजे प्रकाशपुंज जल्लोषाचा महामहोत्सव! याचे भान ठेवूनच आनंदोर्मींना आपण उधळत गेले पाहिजे.

– प्रा. रविचंद्र हडसनकर, नांदेड

आधुनिक नवभारताचे उद्गाते, निस्सीम राष्ट्रवादाचे प्रणेते, तमाम वंचितांच्या अन् स्त्रियांच्या मूलभूत स्वातंत्र्याचे पुरस्कर्ते, विषमतेविरुद्ध प्रखर लढा देणारे झुंजार योद्धे, आंतरराष्ट्रीय कीर्तींचे अर्थवेत्ते अन् भारतीय संविधानाचे शिल्पकार डॉ. बाबासाहेब आंबेडकर यांची जयंती जगभरात हर्षोल्हासाने साजरी होत असते. जयंतीदिनी डॉ. बाबासाहेबांच्या प्रती असलेल्या आंबेडकरी जनतेच्या श्रद्धेला भरती येणंही स्वाभाविक आहे; पण श्रद्धा भाबडी अन् आंधळी असेल तर विचारनिष्ठेची नाळ तुटल्याशिवाय राहत नाही. नेमकी हीच बाब आंबेडकरी अनुयायांच्या घोर अध:पतनाला कारणीभूत आहे, याकडे गांभीयांनि पाहिले जात नाही. आपल्या पांगळेपणाच्या अन् ऱ्हासाची मीमांसा करण्याची हीच वेळ आहे. भीमजयंती म्हणजे प्रकाशपुंज जल्लोषाचा महामहोत्सव! याचे भान ठेवूनच आनंदोर्मींना आपण उधळत गेले पाहिजे. डीजेच्या कर्णककर्श धांगडधिंग्यात थिरकणारी, बेधुंद नाचणारी आमची तरुणाई पाहिली की, जीव हरखून जातो. नाचावे... जरूर नाचावे... पण, बाबासाहेबांचे आयुष्य म्हणजे अखंड ज्ञानसाधना आणि विषमतेविरुद्धचा महारणसंग्राम, समतेच्या पेरणीसाठी रक्त आटवून लिहिलेला महन्मंगल महाग्रंथ...! त्या ग्रंथाला वाचावे अन् आपला वारसा सिद्ध करावा.

पराजयावर मात करा

२४ डिसेंबर १९३९ रोजी सातारा येथील सभेत डॉ. बाबासाहेब आंबेडकरांनी अत्यंत दूरदृष्टीने संदेश दिला होता, ''आपण लोकांनी आपल्या अंगी निर्भयता बाणविली पाहिजे. आपल्या समाजास मानसन्मानाने जगात राहावयाचे असल्यास आपण सदैव मरावयास तयार असले पाहिजे. अशी आपली वृत्ती झाली की, आपला अपमान करण्यास कुणीही धजणार नाही. निर्भय व्हा व जगाचे राज्य मिळवा! हेच माझे तुम्हाला सांगणे आहे. आपणास स्वाभिमानाची अत्यंत जरुरी आहे. स्वाभिमान सोडून साधलेली उन्नती ही कुचकामी आहे. इतरांप्रमाणे आपणही माणसे आहोत, ही गोष्ट प्रत्येक तरुणाने आपल्या मनात बिंबविली पाहिजे. शिस्त आणि प्रामाणिकपणाशिवाय कुठलंही संघटन टिकू शकत नाही. मनुष्याच्या अंगी जितके नैतिक बळ अधिक तितका त्याचा आत्मविश्वास वाढत जाऊन पराजयातूनही त्याला शेवटी सन्मानाने यश मिळविता येते.'' असा पराजयावर मात करणारा चिरंतन संदेश त्यांनी दिला. आपण बाबासाहेबांच्या विचारांचे प्रवाहक बनले पाहिजे.

सांप्रतचा काळ स्पर्धात्मक आव्हानांचा आहे. आंबेडकरी समाजाची राजकीय, शैक्षणिक, सांस्कृतिक अन् धम्मविषयक सद्य:स्थिती पाहता मन विषण्ण होते.

डॉ. बाबासाहेब आंबेडकर यांना प्रजासत्ताक भारताचे पहिले कायदा
व न्यायमंत्री म्हणून मे, १९५०ला राष्ट्रपती राजेंद्र प्रसाद व
पंतप्रधान पंडित जवाहरलाल नेहरू यांच्या उपस्थितीत शपथ देण्यात आली.

आजचे आमचे भरकटलेपण, स्वार्थांध प्रवृत्तीचे बोकाळलेपण, गटाधिपतींचे, अहंतेने बरबटलेपण, सत्ताधीशांच्या पुढती गोंडा घोळणारे मिंधेपण, उच्च तंत्रज्ञान, शिक्षणाच्या अभावामुळे तरुणाईचे मानसिक दुबळेपण, क्षणिक स्वार्थासाठी सर्वसामान्य जनतेचे धनदांडग्यांना मतविकेपण, नोकरदार बुद्धिजीवी वर्गाचे स्वकोषात गुरफटलेपण, प्रतिभावंतांच्या प्रतिभेचे बोथटलेपण... अशा नानाविध समस्यांनी आंबेडकरी जनतेला वेढून टाकलेले आहे.

देशाची आणि पददलितांची सेवा

या वैचारिक संक्रमणाच्या काळात ५ डिसेंबर १९५६च्या मध्यरात्रीच्या सुमारास 'भगवान बुद्ध आणि त्यांचा धम्म' हा महान ग्रंथ अखंड चिंतनातून परिपूर्ण केला. चिंताक्रांत मन, ढासळलेली प्रकृती... आपल्या धगधगत्या आयुष्याची समीप आलेली सांगता जाणून आपले स्वीय सचिव नानकचंद रत्तू यांना बाबासाहेबांनी शेवटचा संदेश देताना आपले अंत:करण उघड केले. ''नानकचंद... तू माझ्या लोकांना सांग की, मी त्यांच्यासाठी जे काही मिळवून देऊ शकलो ते एकट्याच्या बळावर मिळविले आहे. ते करताना पिळवटून टाकणाऱ्या संकटांचा अन् अनंत अशा अडचणींचा मुकाबला मला करावा लागला. सगळीकडून विशेषत: हिंदू वृत्तपत्रसृष्टीकडून माझ्यावर शिव्या-शापांचा वर्षाव सतत होत राहिला. जन्मभर मी माझ्या विरोधकांशी संघर्ष केला. माझ्या

स्वत:च्या काही लोकांनी मला गंडविले. त्यांच्याशी मी दोन हात केले. मी माझ्या आयुष्याच्या अखेरच्या क्षणापर्यंत देशाची आणि पददलितांची सेवा करीतच राहीन. हा काफिला आज जिथे दिसतो तिथे ठेवावा. वाटेत अनेक अडथळे येतील, अकल्पित संकटे कोसळतील; पण वाटचाल सुरूच ठेवावी. त्यांना जर सन्मानाने अन् प्रतिष्ठापूर्ण जीवन जगायची इच्छा असेल तर त्यांनी हे आव्हान पेलायला पाहिजे. जर माझे लोक, माझे सहकारी हा काफिला पुढे नेण्यास असमर्थ ठरलेच तर किमान तो जेथे आहे तेथे तरी राहू द्यावा. कोणत्याही परिस्थितीत त्यांनी या काफिल्यास परत फिरू देऊ नये, हा माझा संदेश आहे. मी तो अत्यंत गंभीरपणे देत आहे आणि या गांभीर्याला नजरेआड केले जाणार नाही, अशी खात्री मला वाटते. जा आणि सांग त्यांना...!''

शतकोत्तरी १२५व्या जयंतीदिनी बाबासाहेबांच्या या अखेरच्या आव्हानाला पेलण्यासाठी समग्र आंबेडकरी जनतेने एकसंध संघटन बांधणे हाच एकमेव पर्याय आहे. त्याशिवाय पर्याय नाही ही खूणगाठ आम्ही काळजावर गोंदली पाहिजे.

आंबेडकरी गीतांची समृद्ध परंपरा

जाता-जाता... 'आंबेडकरी गाणं' हा आमच्या समाजाचा प्राण आहे. मनाच्या सांस्कृतिक जडणघडणीत गाण्यांचे मोल अनमोल आहे; पण हल्लीच्या अर्थहीन अनेक गाण्यांनी सम्यक अभिरुचीलाच गढूळ केले आहे. आमच्या गीतकार, गायक-गायिका कलावंतांनी नैतिक मूल्यांची कठोरपणे जोपासना करून विचार पेरणारी अभ्यासपूर्ण आशयसंपन्न रचनांची कला सादर केली पाहिजे. पोपटपंची कलावंतांना आता समाजानंच अव्हेरले पाहिजे. आंबेडकरी गीतांची समृद्ध अशी परंपरा आहे. अनेक निष्ठावान प्रतिभावंतांनी आपल्या लेखण्या झिजविल्या आहेत. त्यात कवींचे महाकवी वामनदादा कर्डक यांचा आदर्श आमच्या कालवंतांनी कृती-उक्तीतून समाजासमोर ठेवला पाहिजे.

'उद्धरली कोटी कुळे!

भीमा तुझ्या जन्मामुळे!!'

या वामनदादा कर्डक यांच्या एकाच गाण्यात सकल आंबेडकरी तत्त्वज्ञान नितळ झऱ्यासारखे झुळझुळत आहे. तुफानातले दिवे अन् वादळवारा होऊनच भीमपथाने मार्गक्रमण याचे भान आम्ही जिवापाड जपले पाहिजे.

७

दैवतीकरणाचा धोका

दलित पुढाऱ्यांना एकेकाळी काँग्रेस हा दलितांचा मित्रपक्ष वाटत होता; पण त्यांची आमदारकी, खासदारकी धोक्यात येताच काँग्रेस पक्ष त्यांना धोकेबाज वाटू लागला आणि कालपर्यंत ज्या पक्षाला धर्मांध, जात्यंध, फॅसिस्ट म्हणून लाखोली वाहिली, तीच भगवी विचारधारा जोपासणारा पक्ष त्यांना समतेचा दूत वाटू लागला. हिंदू राष्ट्राची भाषा करणाऱ्यांनी त्यांच्या भूमिकेत काहीही बदल केलेला नाही. बदल झाला तो गुलामगिरीची लाचार भूमिका वठविणाऱ्या काही दलित पुढाऱ्यांत! चळवळीची ही शोकांतिकाच नव्हे, तर दुसरे काय आहे?

- बी. व्ही. जोंधळे

डॉ. बाबासाहेब आंबेडकरांची जयंती दरवर्षी त्यांचे अनुयायी मोठ्या धूमधडाक्यात साजरी करीत असतात. बाबासाहेबच हे एकमेव असे नेते आहेत की ज्यांची जयंती देशभर व जागतिक स्तरावर महिनाभर चालते व ज्यांचे शेकडोंनी पुतळे खेड्यापाड्यांतून उभे आहेत. बाबासाहेबांवर विपुल लेखन जसे झाले तसेच गायक, कवी, कलावंतांनी शेकडो गाणी गायिली, लिहिली आणि असंख्य कविता केल्या. महिलांनी जात्यावरील ओव्या गायिल्या. बाबासाहेब हे त्यांच्या अनुयायांच्या दृष्टीने 'भारतरत्न'च नसतात तर 'विश्वरत्न' असतात. सागर नसतात तर महासागर असतात. मानव नसतात तर महामानव असतात. नायक नसतात तर महानायक असतात. सूर्यच नसतात तर क्रांतिसूर्य असतात अन् तमाम भीमानुयायांचे ते बाबा म्हणजे 'बापच' असतात. 'जयभीम' हा त्यांचा श्वास असतो.

परिवर्तनवादी विचारच दडपण्याचा धोका

बाबासाहेबांना आदरांजली वाहण्यासाठी नागपूरच्या दीक्षाभूमीवर आणि मुंबईच्या चैत्यभूमीवर लाखोंचा निळा भीमसागर जमत असतो. बाबासाहेबांच्या नावासाठी त्यांचे अनुयायी जीव द्यायलाही तयार असतात. बाबासाहेबांना हे जे निस्सीम, उत्कट नि अपार प्रेम लाभले ते स्वाभाविकच म्हटले पाहिजे. कारण जो पूर्वास्पृश्य समाज हजारो वर्षे जाती, धर्म, रूढी, परंपरेच्या गुलामगिरीत खितपत पडला होता त्या समाजाला माणुसकीचे हक्क मिळवून देऊन माणसात आणण्याचे एक महनीय कार्य बाबासाहेबांनी करून ठेवले. तेव्हा त्यांच्या उत्तुंग कार्यासमोर दलित समाज लीन नि विनम्र झाला तर नवल नव्हे; पण याबरोबरच हेही विसरता येत नाही की बाबासाहेबांचा मोठमोठ्याने जयजयकार करताना त्यांच्या अनुयायांना बाबासाहेबांच्या क्रांतिदर्शी विचारांचाच आता विसर पडत असून, त्यांनी चक्क बाबासाहेबांचे दैवतीकरण करण्याचा सपाटा सुरू केला. परिणामी त्यांना देव बनवून बाबासाहेबांचे परिवर्तनवादी विचारच दडपले जाण्याचा धोका निर्माण झाला आहे.

पाच सत्ता हस्तगत कराव्यात

बाबासाहेबांनी राजकारण केले ते जनसामान्यांचे प्रश्न सोडविण्यासाठी. दलित-कष्टकरी समाजाच्या उद्धारासाठी व्यापक राजकारण करणारा रिपब्लिकन पक्ष बाबासाहेबांना अभिप्रेत होता; पण दलित पुढाऱ्यांनी स्वार्थ, सौदेबाजीच्या राजकारणापायी रिपब्लिकन संकल्पनेचे वाटोळे करून रिपब्लिकन पक्षच मोडीत काढला. बाबासाहेबांनी दलित समाजाला शासनकर्ती जमात बना, असा संदेश दिला. अर्थ असा की, दलितांनी

राजकीय, सामाजिक, आर्थिक, शैक्षणिक नि सांस्कृतिक क्षेत्रात शिरकाव करून या पाच प्रकारच्या सत्ता हस्तगत कराव्यात; पण दलित पुढाऱ्यांनी बाबासाहेबांच्या सत्ताधारी व्हा, या संदेशाचा विचार सोयंवादी राजकीय अंगानेच केला नि वेगवेगळ्या राहुट्या उभारून स्वहिताचे राजकारण करताना असंगाशीही संग केला.

बाबासाहेबांनी दलितांच्या मुक्तीसाठी आयुष्यभर आपला देह चंदनासारखा झिजविला; पण अजूनही दलितांचे पोटापाण्याचे आर्थिक प्रश्न सुटले नाहीत. जागतिकीकरणाच्या खासगीकरणात दलितांची ससेहोलपट होत आहे. तरुण बेरोजगारीच्या खाईत लोटले जात आहेत; पण दलितांच्या आर्थिक विकासाचा अजेंडा कुणाही दलित नेत्याकडे (काही अपवाद) नाही. भावनात्मक राजकारण करून समाजाची दिशाभूल करावयाची, तरुणांना आपल्यापाठी लावून त्यांना आपल्या जयजयकाराच्या घोषणा द्यायला लावायच्या, त्यांना व्यसनाधीन करून सोडायचे, असा समाजहितविरोधी कार्यक्रम स्वार्थ साधण्यासाठी चळवळीच्या नावाखाली सुरू आहे.

आंबेडकरी विचारांच्या छावण्या

दलित वस्त्या या एकेकाळी आंबेडकरी विचारांच्या शिस्तबद्ध छावण्या होत्या. आंबेडकर विचार विरोधकांची या वस्त्यांत शिरण्याची ताकद नव्हती; पण वस्त्याही बाजारू झाल्या. आंबेडकरनिष्ठ अशी ज्या समाजाची ओळख होती तो समाज गते विकू लागला. दलित मध्यमवर्गीय मतदारसुद्धा आमच्या वस्तीत समाजमंदिर, विहार, रस्ता तयार करून द्या, तर तुम्हाला मतदान करतो, असे सांगू लागला. चैत्यभूमी, दीक्षाभूमीवर लाखोंनी जमणारा, दिवसातून शंभरवेळा जयभीम म्हणणारा समाज नेमका निवडणुकीच्या वेळी दीडदमडीसाठी आपले अमूल्य मत विकू लागला. बाबासाहेबांनी 'शिका, संघटित व्हा, संघर्ष करा' असा संदेश ज्या समाजाला दिला त्या समाजाला संघटनेचा विसर पडला आणि सारा समाज व्यवस्थाविरोधी संघर्ष न करता आपसातच बेकीत दुभंगून गेला. 'संघम् सरणम् गच्छामी' म्हणणारी माणसे प्रत्यक्ष व्यवहारात एकमेकांचे तोंडही पाहायला तयार नाहीत आणि अशा भयाण स्थितीत ज्या साहित्यिक विचारवंतांनी समाजाला दिशा देण्याचे काम करायचे असते तो वर्ग मात्र पदांचा, पुरस्कारांचा, कमिट्यांचा लाभधारक होऊन कातडी बचाव भूमिका घेऊन खरे बोलणेच (काही अपवाद) टाळू लागला.

सामाजिक ऋण फेडण्याचा विसर

दलित मध्यमवर्गीय समाज राखीव जागांमुळे आर्थिकदृष्ट्या काहीसा सक्षम झाला ही

चांगली गोष्ट आहे; पण या वर्गास सामाजिक ऋण फेडण्याचाच विसर पडला. त्याचे वर्तनही परस्पर विसंगत होऊ लागले. म्हणजे हा वर्ग एकीकडे अंधश्रद्धेच्या आहारी जाऊन देवही करू लागला आणि दुसरीकडे स्वतःस विपश्यनेतही गुंतवून घेऊ लागला. बाबासाहेबांनी समाधी लावून नव्हे, तर अन्याय व्यवस्थेविरुद्ध लढा उभारून सामाजिक परिवर्तन आणले. बाबासाहेबांना डोळे मिटून बसलेला नव्हे, तर डोळे उघडे ठेवून जगाची पुनर्रचना करणारा बुद्ध अभिप्रेत होता. ध्यानधारणा, विपश्यना हा काही बुद्ध धम्माचा केंद्रबिंदू नव्हे, सामाजिक परिवर्तन हा बुद्ध विचारांचा गाभा आहे; पण तासन्तास डोळे मिटून बसणे यालाच मध्यमवर्गीय दलित धम्म समजू लागला. अशा स्थितीत बाबासाहेबांच्या दैवतीकरणालाही म्हणूनच वेग आला. स्मारके, पुतळे यांतच समाज गुरफटू लागला. अशी स्थिती सत्ताधाऱ्यांच्या पथ्यावर पडणारी असते म्हणून तेही बाबासाहेबांचे दैवतीकरण करतात. ही स्थिती समाजाच्या ऱ्हासाचीच निशाणी होय. तात्पर्य, बाबासाहेबांचे दैवतीकरण थांबून बाबासाहेबांचे विचार जिवंत ठेवण्याच्या दृष्टीने बाबासाहेबांच्या जयंतीनिमित्ताने आंबेडकरी चळवळीने आत्मचिंतन करावे, ही अपेक्षा.

विभाग ३

'शिक्षणाचे महत्त्व आहे, यात शंका नाही, मात्र शिक्षणाबरोबरच माणसाचे शीलही सुधारले पाहिजे. शीलाशिवाय शिक्षणाची किंमत केवळ शून्य आहे.'

— डॉ. बाबासाहेब आंबेडकर

'आकाशातील ग्रह-तारे जर माझे भविष्य ठरवत असतील, तर माझ्या मेंदूचा आणि माझ्या मनगटाचा काय उपयोग?'

B. R. Ambedkar

८

व्यासंग व विद्वत्ता

'जात' हा डॉ. बाबासाहेब आंबेडकर यांचा चिंतेचा व चिंतनाचा विषय होता. जात नामशेष केल्याशिवाय भारतीय समाज खऱ्या अर्थाने एकसंध होणार नाही, असे त्यांचे ठाम मत होते. जातिव्यवस्था नाहीशी केल्याशिवाय राष्ट्राची खऱ्या अर्थाने निर्मिती होणार नाही, यावर ते ठाम होते. त्यांची राष्ट्रनिष्ठा वादातीत होती. डॉ. आंबेडकरांना जातिहीन व वर्गहीन समाज हवा होता. ब्राह्मणशाही व भांडवलशाही नामशेष केल्याशिवाय समताधिष्ठित समाज अस्तित्वात येणार नाही. त्यांनी 'राज्य समाजवादा'चा विचार मांडला. शेतीचे राष्ट्रीयीकरण केले पाहिजे हा विचार बाबासाहेबांनी हिरिरीने मांडला.

- डॉ. जनार्दन वाघमारे

'शिक्षण हा प्रत्येक व्यक्तीचा जन्मसिद्ध हक्क आहे आणि हा अधिकार कुणालाही नाकारता येणार नाही, असे शिक्षणाबाबत डॉ. बाबासाहेबांचे मत होते.

'ज्ञान ही शक्तीही आहे आणि सत्ताही आहे. आणि ही शक्ती व सत्ता उच्च शिक्षणातून व सततच्या व्यासंगातून मिळवता येते.' डॉ. बाबासाहेब आंबेडकरांनी ती आयुष्यभराच्या व्यासंगातून मिळविली. त्यांनी अनेक विषयांचा अभ्यास केला होता. त्यांची बुद्धिमत्ता तलवारीसारखी सतत परजलेली होती. त्यांची बौद्धिक झेप ही गरूडासारखी होती. त्यांनी प्राप्त केलेल्या बुद्धिमत्तेचे रहस्य त्यांच्या अखंड व्यासंगात सापडते.

अमेरिकेतील कोलंबिया विद्यापीठात उच्च शिक्षण घेण्याची संधी त्यांना सयाजीराव महाराजांमुळे मिळाली. समाजशास्त्र, अर्थशास्त्र व पब्लिक फायनान्स हे विषय घेऊन त्यांनी एमएची पदवी मिळविली. कोलंबिया विद्यापीठाची पीएच.डी. देखील मिळविली.

बाबासाहेब हे आजन्म विद्यार्थी होते. कोलंबिया विद्यापीठाची पीएच.डी. मिळवूनही त्यांचे समाधान झाले नाही. त्यांची ज्ञानाची भूक प्रचंड होती. इंग्लंडला जाण्याचे त्यांनी ठरवले. 'लंडन स्कूल ऑफ इकॉनॉमिक्स अँड पोलिटिकल सायन्स'मध्ये त्यांनी प्रवेश घेतला. अर्थशास्त्र याच विषयात त्यांनी एम.एस्सी. व डी.एस्सी. या पदव्या मिळवल्या. ते बॅरिस्टरही झाले. बुद्धिमत्ता, अखंड व्यासंग आणि कर्तव्यनिष्ठा यांचा त्रिवेणीसंगम त्यांच्यात झाला होता.

बुद्धिमत्तेचा शस्त्र म्हणून वापर

काही काळ ते सिडनहॅम कॉलेजमध्ये अर्थशास्त्राचे प्राध्यापक होते. शासकीय विधी महाविद्यालयाचे ते प्राचार्यही होते. नंतर त्यांनी समाज सुधारणेच्या कार्याला हात घातला. पत्रकारितेलाही सुरुवात केली. मंदिर प्रवेशासाठी संघर्ष केला. महाडच्या चवदार तळ्याचा त्यांनी सत्याग्रहही केला. मनुस्मृतीचे दहनही केले. दलित समाजाला जागृत व संघटित केले. बुद्धिमत्तेचा शस्त्र म्हणून त्यांनी वापर केला. त्यांनी बौद्धिक प्रामाणिकपणाचा आदर्श निर्माण केला. बुद्धिमत्तेच्या प्रकाशात त्यांना मानवमुक्तीचे

मार्ग दिसू लागले. ज्ञानाची कास त्यांनी कधीच सोडली नाही. त्यांच्या श्वासातच नवनवीन प्रबंध होते. ग्रंथांची साथ त्यांनी कधीही सोडली नाही. ग्रंथ हाच गुरू व ग्रंथ हाच कल्पतरू असतो. ग्रंथांनी त्यांना आयुष्यभर साथ दिली.

डॉ. बाबासाहेब आंबेडकरांना लेखणी व वाणीचे वरदान लाभले होते. अन्यायाच्या विरुद्ध लढण्यासाठी त्यांनी त्यांचा उपयोग केला. ज्ञानाचे प्रयोजन काय? समाजाला अंधारातून प्रकाशात नेण्यासाठी ज्ञानाचा उपयोग केला पाहिजे. डॉ. आंबेडकरांनी पीडित व वंचित समाज घटकांच्या उन्नतीसाठी आपल्या विद्वत्तेचा उपयोग केला.

विद्यावंचिततेमुळे जे विकलांग झाले होते. आपले सर्व मानवी अधिकार ते हरवून बसले होते. त्यांना 'शिका, संघटित व्हा व संघर्ष करा' हा मंत्र दिला. शिक्षणावर त्यांनी भर दिला.

राज्यकर्ती जमात बनवण्याचा प्रयत्न

डॉ. आंबेडकर हे आपल्या समाजाला राज्यकर्ती जमात बनवू इच्छित होते. उच्च शिक्षणाशिवाय व ज्ञानशक्ती प्राप्त केल्याशिवाय हे ध्येय साध्य करणे शक्य नाही. आणि म्हणून दलितांना शिकण्यासाठी ते प्रेरित करीत राहिले. दलितांनी हुद्द्याच्या नोकऱ्या मिळविल्या पाहिजेत असा त्यांचा आग्रह होता. दलित विद्यार्थ्यांनी विद्याव्यासंगी व्हावे, अशी त्यांची इच्छा होती.

डॉ. बाबासाहेब आंबेडकर हे दलितांचे प्रतिनिधी होते. त्यांना अधिकार मिळवून देण्यासाठी त्यांना अनेक बौद्धिक लढे लढावे लागले. गोलमेज परिषदेमध्ये त्यांनी जे मुद्दे मांडले ते बिनतोड होते. मुंबई प्रांतिक विधिमंडळाचे ते अनेक वर्षे सदस्य होते. तिथेही त्यांनी दलितांच्या व शेतकऱ्यांच्या अधिकारांसाठी प्रयत्न केले. अनेक विधेयकांवर त्यांनी मौलिक विचार मांडले. अनेक चर्चांमध्ये त्यांनी भाग घेतला.

डॉ. आंबेडकर व्हाइसरॉयच्या कार्यकारी मंडळाचे सदस्यही होते. मजूरमंत्री म्हणून त्यांनी काम केले. श्रमिकांच्या उन्नतीसाठी त्यांनी फार मोठे कार्य केले. देशाच्या विकासासाठी नवनवीन विचार ते मांडत राहिले. दामोदर खोरे विकसित करण्यासाठी ते प्रयत्नशील होते. नद्यांवर धरणे बांधली पाहिजेत यासाठी त्यांनी आग्रह धरला. भारताचे औद्योगीकरण झाले पाहिजे, असे त्यांना प्रकर्षाने वाटत होते.

बाबासाहेबांनी प्रचंड असे लेखन केले. ते एक थोर संशोधकही होते. त्यांनी अनेक ग्रंथ लिहिले. डॉ. आंबेडकर हे भाषाप्रभू होते. मराठी, इंग्रजी, पर्शियन, फ्रेंच, जर्मन या भाषांवर त्यांचे प्रभुत्व होते. या भाषांतील वैचारिक साहित्याची दालने त्यांच्यासाठी उघडी होती. त्यांचा त्यांनी फायदा घेतला. ज्ञानाच्या अनेक स्रोतांचा फायदा त्यांना मिळाला.

बाबासाहेब सामाजिक धन्वंतरी

बाबासाहेबांचे शैक्षणिक कार्यदेखील अतिशय महत्त्वाचे आहे. १९४५मध्ये पीपल्स एज्युकेशन सोसायटीची त्यांनी स्थापना केली. या संस्थेच्या अधिपत्त्याखाली मुंबईला सिद्धार्थ कॉलेज व औरंगाबादला मिलिंद महाविद्यालय अशी दोन महाविद्यालये सुरू केली. बुद्धाच्या विचारांनी ते प्रेरित झाले होते. बौद्धधर्माचा सखोल अभ्यास त्यांनी केला होता. म्हणून सिद्धार्थ व मिलिंद ही नावे त्यांनी या दोन महाविद्यालयांसाठी निवडली. सिद्धार्थ व मिलिंद यांचा आदर्श त्यांनी विद्यार्थ्यांसमोर ठेवला. मिलिंद हा ग्रीक राजा होता. ज्ञानाची त्याला खूप लालसा होती. नागसेन या बौद्ध आचार्यांशी त्याने शास्त्रार्थ केला. त्यात तो हरला. हरणे महत्त्वाचे नव्हते. ज्ञानाविषयी त्याला आवड होती हे महत्त्वाचे होते. मिलिंद महाविद्यालयाच्या परिसराला त्यांनी *नागसेन वन* असे नाव दिले. मिलिंद आणि नागसेन यांचा शास्त्रार्थ पुस्तकरूपाने प्रसिद्ध झाला आहे. *'मिलिंद प्रश्न'* हे त्याचे नाव आहे. हे पुस्तक विद्यार्थ्यांनी वाचलेच पाहिजे, असा त्यांचा आग्रह होता.

मिलिंद महाविद्यालयाच्या कोनशिला समारंभात त्यांनी असे सांगितले, की उच्च शिक्षण हे सर्व सामाजिक दुखण्यावरचे औषध आहे. या औषधाचा उपयोग त्यांनी सामाजिक, आर्थिक व राजकीय रोग नाहिसे करण्यासाठी केला. डॉ. आंबेडकर हे खऱ्या अर्थाने सामाजिक धन्वंतरी होते. ते भारतीय समाजाची नव्याने उभारणी करू इच्छित होते. त्यांना स्वातंत्र्य, समता व बंधुता यावर आधारलेला समाज व देश हवा होता.

बाबासाहेबांचा ग्रंथसंग्रह फार मोठा होता. त्यात सर्व विषयांवरची पुस्तके होती. त्यांनी व्यासंगातून मिळविलेली विद्वत्ता देशसेवेसाठी वापरली. त्यांच्या प्रज्ञेला शील व करुणेची जोड होती. त्यांनी भारताला दिलेली राज्यघटना म्हणजे त्यांच्या बुद्धिवैभवाचे कैलास लेणे आहे. ती सर्व नागरिकांना सारखाच न्याय देते. *'बुद्ध आणि त्याचा धम्म'* हा त्यांचा ग्रंथ त्यांच्या व्यासंगाचे फलित आहे. अतिशय प्रासादिक भाषेत लिहिलेला तो ग्रंथ *'अत्त दीप भव'* हा संदेश देतो.

अखंड व्यासंगाने त्यांच्या अंतरंगात ज्ञानाचे झरे निर्माण केले होते. ते कधीही आटले नाहीत. धर्म, तत्त्वज्ञान, तर्कशास्त्र, इतिहास, अर्थशास्त्र, समाजशास्त्र, राज्यशास्त्र, मानववंशशास्त्र, कायदा अशा अनेक विषयांचा त्यांनी अभ्यास केला होता. या विषयांच्या ज्ञानाने त्यांनी समाज परिवर्तनाचे कार्य केले. ते बुद्धिमान व पराक्रमी होते. मनुष्य सतत दीर्घोद्योगानेच पराक्रमी व बुद्धिमान होतो असे त्यांचे म्हणणे होते.

९

प्रज्ञावंत संशोधक

भारतासारख्या विकसनशील देशामध्ये संशोधन व विकासावर भर दिला पाहिजे. शिक्षण हे शाश्वत विकासाचे प्रभावी मूल्य आहे; त्यासाठी आपली विद्यापीठे ही जागतिक दर्जाची विद्यापीठे झाली पाहिजेत, असा बाबासाहेबांचा आग्रह होता. 'नालंदा', 'तक्षशिला', 'विक्रमशिला', 'वल्लभी', 'अजिंठा' या प्राचीन विद्यापीठांचा दर्जा आपणास पुन्हा प्राप्त करावयाचा आहे; तसे झाले तर जगातील सोन्याचा ओघ पुन्हा भारताकडे वळेल. पुढील २५ वर्षांत भारत महासत्ता होईल, ही सर्व स्वप्नं आपण डॉ. आंबेडकरांच्या विचाराने वाटचाल केल्यास साकार करू शकतो.

– प्रा. बी. ए. चोपडे

वर्तमानपत्रासारख्या माध्यमाची ताकद ओळखून त्याचा वापर
डॉ. आंबेडकरांनी वसाहती काळातील सामाजिक-राजकीय आणि
धार्मिक जीवनाशी निगडीत प्रश्नांसाठी आवाज उठवण्यासाठी केला होता.

समग्र मानवजातीच्या कल्याणाचे अंतिम उद्दिष्ट साध्य करताना संशोधन हा एक मौलिक मार्ग आहे, हे ओळखून डॉ. बाबासाहेब आंबेडकरांनी संशोधनाकडे पाहिले; त्यामुळे अर्थशास्त्रासारख्या ज्ञानशाखेत त्यांनी मोलाची भर टाकली. पाश्चात्त्य देशांमध्ये संशोधन व विकासावर प्राधान्य दिले जाते. त्यामागची भूमिका ही ज्ञाननिर्मितीची असते. मी जैवतंत्रज्ञान या प्रगत विषयात संशोधन करून काही पेटंट संपादन केली, त्यामागेसुद्धा बाबासाहेबांचा आदर्श समोर ठेवला होता. डॉ. आंबेडकरांचे खरे योगदान हे अर्थशास्त्रातील त्यांच्या मूलभूत शोधकार्यांत आहे, त्यांनी शोधकार्यासाठी निवडलेले विषय भारतीय अर्थशास्त्रामधील कूटप्रश्न सोडविण्यासाठी वर्तमानकाळातही मार्गदर्शक ठरतात.

राजकीय अर्थशास्त्राची बैठक

पूर्वी पदव्युत्तर अभ्यासक्रमासाठी संशोधन करावे लागे, त्याच धर्तीवर आपल्या विद्यापीठात सर्व पदव्युत्तर अभ्यासक्रमांना लघुप्रबंध अपरिहार्य करावा, अशी माझी

डॉ. बाबासाहेब आंबेडकर यांनी सुरू केलेली वृत्तपत्रे
मूकनायक (१९२०) व बहिष्कृत भारत (१९२७).

कल्पना आहे. आंबेडकरांनी एम.ए. अभ्यासासाठी 'प्राचीन भारतामधील वाणिज्य' हा विषय निवडला होता. कोलंबिया विद्यापीठात त्यांनी अर्थशास्त्रातील संशोधनाचा पुढचा टप्पा गाठला, तेव्हा 'द प्रॉब्लेम ऑफ रुपी' हा विषय निवडला होता. त्या काळात सबंध जगाच्या अर्थकारणासाठी आपला रुपया मजबूत करण्यासाठी त्यांनी ही निवड अचूकपणे केली होती. विद्यापीठ प्रवेशाच्या रांगेत ते पहिले असावयाचे व ग्रंथालयातून बाहेर पडणारे ते शेवटचे असायचे. संदर्भ ग्रंथ, मूलभूत उपयोजित ग्रंथ अन् तपशील अत्यंत बारकाईने वाचून, त्यावर टिपणे काढण्याची त्यांची पद्धती होती. सतत अभ्यासाचा ध्यास घेऊन, ते नित्य नवे ज्ञान मिळविण्याचा प्रयत्न करीत असत, त्यांची संशोधनाची शिस्त विलक्षण होती. नवज्ञाननिर्मितीसाठी त्यांनी नेहमीच पूर्वज्ञानाचा आढावा घेताना विद्वानांचा आदर केला, संशोधनपद्धतीवरील अढळ श्रद्धा, ही त्यांच्या ग्रंथलेखनातून पदोपदी जाणवते. १९१२मध्ये डॉ. आंबेडकर हे मुंबई विद्यापीठाचे अर्थशास्त्र व राज्यशास्त्र हे विषय घेऊन पदवीधर झाले. एलफिन्स्टन कॉलेजमध्ये त्यांचे शिक्षण झाले. तेव्हापासून त्यांना राजकीय अर्थशास्त्रात रुची निर्माण झाली होती.

स्वयंप्रज्ञेची अभिव्यक्ती

अर्थशास्त्रासारख्या रूक्ष व सूक्ष्म विषयात रस घेऊन त्यांनी या शास्त्रातील अभिव्यक्तीची इंग्रजी भाषा वाकबगारपणे आत्मसात केली होती. अर्थविचाराच्या प्राप्तीकरणातील त्यांची पद्धती ही जागतिक पातळीवरील अभिव्यक्तीचा श्रेष्ठ दर्जा गाठलेली होती. त्यामुळे त्यांचे पर्यवेक्षक म्हणाले होते, ''या भारतीय विद्यार्थ्याकडून मला खूप काही शिकता आले.'' ही प्रचिती त्यांनी आपल्या अहर्निश परिश्रमातून सिद्ध केली होती.

कोलंबिया विद्यापीठातील त्यांचा वास्तव्य काळ हा भारतीय विद्यार्थ्यांच्या नावलौकिकात भर टाकणारा होता. जिद्द, अपार कष्ट आणि निष्ठापूर्वक केलेल्या परिश्रमामुळे ज्या संस्थांमध्ये अध्ययन व अध्यापनासाठी गेले, तेथे ते आपला ठसा उमटवू शकले. त्यामुळे कोलंबिया व लंडन स्कूल ऑफ इकॉनॉमिक्समध्ये त्यांची प्रतिमा उभारण्यात आली आहे.

१९१३मध्ये वयाच्या २२व्या वर्षा डॉ. आंबेडकर अमेरिकेला गेले. त्यांना बडोदे संस्थानाची ११.५० पौंड स्टर्लिंगची मासिक शिष्यवृत्ती लाभली होती. नवल भानाथी या मित्राच्या सहकार्याने व्हिलिटन हॉलमध्ये राहू लागले. जून १९१५मध्ये ते एम.ए. उत्तीर्ण झाले. अर्थशास्त्र हा त्यांचा विषय होता. अन्य विषयांमध्ये समाजशास्त्र, इतिहास, तत्त्वज्ञान व मानववंशशास्त्र हे विषय होते. त्यांनी या सर्व विषयांत लीलया संचार केला. त्यांनी प्राचीन भारतीय वाणिज्य या विषयावर एम.ए.साठी प्रबंध सादर केला, त्यांच्या विचारांवर जॉन ड्युई व त्यांच्या लोकशाही तत्त्वज्ञानाचा प्रभाव पडला. १९१६मध्ये त्यांनी त्यांचा दुसरा प्रबंध पूर्ण केला. 'नॅशनल डिव्हिडंट ऑफ इंडियाः ए हिस्टॉरिक अँड ॲनॅलिटिकल स्टडी' हा त्यांचा विषय होता.

'कास्ट इन इंडिया' शोधनिबंध

१९२७मध्ये त्यांना अर्थशास्त्रात पीएच.डी. प्रदान करण्यात आली. त्यांचा हा तिसरा प्रबंध होता. 'प्रॉब्लेम ऑफ रुपी इट्स ओरिजन अँड इट्स सोल्युशन' हा त्यांच्या प्रबंधाचा विषय होता. १९२३मध्ये बॅरिस्टरचा अभ्यासक्रम पूर्ण केला. ९ मे १९२७ रोजी त्यांनी 'कास्ट इन इंडिया : देअर *मॅकेनिझम, जेनेसिस अँड डेव्हलपमेंट*' हा शोधनिबंध लंडनमध्ये सादर केला. अलेक्झांडर गोल्डी वायझर या मानववंश शास्त्रज्ञाने त्यांना निमंत्रित केले होते. पुढे जर्मनीत जाऊन आणखी संशोधन करावे, असा त्यांचा मानस होता; परंतु वेळेच्या अभावी त्यांना हे करता आले नाही.

भारतीय चलनाच्या मूल्य व क्षमतेचे संवर्धन कसे करता येईल, हा त्यांच्या शोधाचा

केंद्रबिंदू होता. त्यांनी केलेले अचूक निदान व त्यांच्या सूचनांच्या आधारे भारतात रिझर्व्ह बँकेच्या स्थापनेची पार्श्वभूमी तयार झाली.

आपल्या वित्त व्यवस्थेतील सुधारणांचे अध्ययन करताना त्यांनी ईस्ट इंडिया कंपनी कालीन ब्रिटिश कालखंडाचा अभ्यास केला व त्यातील सार्वजनिक वित्त व लाभांचे विभाजन कसे होत असे, यावर त्यांनी शास्त्रीय विवेचन केले. मी ब्रिटिश काळातील भारताच्या वित्त विभाजनाचे अध्ययन केले आहे. तसेच अन्य कोणीतरी स्थानिक स्वराज्य संस्थेचा वित्तीय अभ्यास करावा अशी त्यांनी सूचना केली होती; परंतु आजवर कोणीही असे संशोधन केलेले नाही.

राष्ट्रजीवनाला बळकटी

त्यांच्या लेखनाला संशोधनाची बैठक प्राप्त झाली, जी त्यांनी पुढे काळजीपूर्वक पाळली. धर्मशास्त्र, समाजशास्त्र, तसेच राजकीय अर्थशास्त्र हे त्यांच्या अभ्यासाचे महत्त्वपूर्ण पैलू होते. अनेकविध ज्ञान शाखांमध्ये त्यांनी केलेला संचार महत्त्वाचा ठरतो, त्यांनी 'ॲनिहिलेशन ऑफ कास्ट' या ग्रंथामध्ये जातिव्यवस्थेचे चिकित्सक विवेचन केले आहे. लंडनच्या मानववंशशास्त्र परिषदेत त्यांनी भारतीय जातिव्यवस्थेचे सूक्ष्म अध्ययन केले; तसेच धर्मशास्त्र व समाजशास्त्राची तत्त्वेही त्यांनी अभ्यासली. 'बुद्ध अँड हिज धम्म, बुद्ध अँड कार्ल मार्क्स' या ग्रंथांमध्येही त्यांनी संशोधन पद्धतीचे निकष पाळले आहेत. त्यांच्या अभ्यासाची व ज्ञानवर्गीकरणाची शास्त्रीय पद्धती या ग्रंथांमध्येही प्रकटली आहे. 'स्टेट अँड मायनॉरिटीज,' 'थॉट्स ऑन पाकिस्तान' हे त्यांचे ग्रंथ राज्यशास्त्राशी निगडित आहेत; तर डॉ. आंबेडकरांनी सर्व प्रमुख सामाजिक शास्त्रांमध्ये संशोधनपूर्वक अनेक महत्त्वपूर्ण पैलूंवर विवेचन केल्याचे दिसून येते. 'डॉ. आंबेडकर : राईटिंग अँड स्पीचेस' हे महाराष्ट्र शासनाच्या वतीने प्रकाशित करण्यात आलेले खंड त्याची ग्वाही देतात. त्यांनी आपल्या लेखनातून ऊर्जा, जलसंवर्धन, ऊर्जानिर्मिती, तसेच शेती व उद्योगांचे नियोजन, शिक्षणाची सुधारणा, तसेच मानवी हक्कांचे संरक्षण, स्त्रीपुरुष समानता, कुटुंब कल्याण, कामगाराचे हितसंवर्धन अशा बहुविध पैलूंवर त्यांनी लेखन केल्याचे दिसून येते.

त्यांनी 'बुद्धा अँड हिज धम्म' ग्रंथात बुद्ध धम्माबाबत शास्त्रीय संशोधन करून नवीन मांडणी केली. तसेच कार्ल मार्क्सपेक्षा भगवान बुद्ध किती क्रांतिकारक होते, हे आपल्या शेवटच्या ग्रंथात मांडले आहे. कुठले भाषण असो, चिंतन असो, संसदेच्या पटलावरील टिपणे असोत की त्यावरील भाष्य की त्यांची मांडणी, ती संशोधनावर आधारित होती.

भारतीय समाजातील विषमता, दारिद्र्य, दीन-दलितांवरील अन्याय अशा अनेक पैलूंचे शास्त्रीय विश्लेषण करून त्यांनी संविधानातील स्वातंत्र्य, समता, बंधुता व सामाजिक न्याय या मूल्यांना पुष्टी दिली आहे. अशा प्रकारे ज्ञान-विज्ञान व संशोधनाच्या आधारे भारतीय समाजाचे प्रश्न सोडवून, देश प्रगतिपथावर घेऊन जाण्याचे व राष्ट्रजीवनाला बळकटी देण्याचे कार्य त्यांनी केले, असेच म्हणावे लागेल.

संशोधनाच्या माध्यमातून डॉ. बाबासाहेबांनी अथक परिश्रमातून नवभारताची उभारणी करताना आपणास दूरदृष्टी दिली. त्यांची संशोधनदृष्टी अनुसरून आपण आपल्या विद्यापीठांना आंतरराष्ट्रीय दर्जा मिळवून देण्यासाठी प्रयत्न करीत आहोत. हा त्यांच्या विचारांचा वसा प्रत्येकाने जपला पाहिजे, तरच *सुजलाम् सुफलाम्* भारताची निर्मिती होऊ शकेल.

१०

ज्ञाननिष्ठेचा वैश्विक आदर्श

सर्व दृष्टीने प्रतिकूल परिस्थितीशी झुंज देत निरंतर ज्ञानसाधना करून डॉ. बाबासाहेब आंबेडकर यांनी ज्ञाननिष्ठेचा एक उत्तुंग आदर्श उभा केला. हजारो वर्षांपासून उपेक्षित आणि वंचित राहून अज्ञानाच्या अंधःकारात चापडणाऱ्या लोकांच्या जीवनात ज्ञानाचा प्रकाश पेरून बाबासाहेबांनी त्यांचे जीवन उजळून टाकले. ज्ञानी होऊन; ज्ञानाचा भार वाहण्यात धन्यता न मानता ज्ञान कृतीत उतरवून मानवी जीवन उन्नत करण्याचा त्यांनी प्रयत्न केला. ज्ञानाचा कोणताही वारसा नसताना सर्वोच्च शिखरावर विराजमान होऊन या महामानवाने जगाला एक नवा वारसा दिला.

- डॉ. रवींद्र बेम्बरे

डॉ. बाबासाहेब आंबेडकर यांचे व्यक्तिमत्त्व जनमनात अनंत पैलूंनी आदर्शांची जपणूक करते. त्यांच्या समृद्ध व्यक्तिमत्त्वातला एक लक्षणीय पैलू म्हणजे अपार ज्ञाननिष्ठा. सर्व दृष्टीने प्रतिकूल परिस्थितीशी झुंज देत निरंतर ज्ञानसाधना करून ज्ञाननिष्ठेचा एका उत्तुंग आदर्श बाबासाहेबांनी उभा केला.

जीवनप्रवास म्हणजे ज्ञानयज्ञच

चरित्रकार धनंजय कीर यांनी एका वाक्यात या क्रांतिपुरुषाचे अनोखेपण सांगितले आहे. ते म्हणतात, 'धुळीत जन्माला येऊन जगातील धुरंधर पुरुषांच्या मालिकेत जाऊन बसला.' हजारो वर्षांपासून उपेक्षित आणि वंचित राहून अज्ञानाच्या अंधःकारात चापडणाऱ्या लोकांच्या जीवनात ज्ञानाचा प्रकाश पेरून बाबासाहेबांनी त्यांचे जीवन उजळून टाकले. ज्ञानी होऊन ज्ञानाचा भार वाहण्यात धन्यता न मानता ज्ञानकृतीत उतरवून मानवी जीवन उन्नत करण्याचा प्रयत्न केला. स्वतःप्रमाणे समाजाच्या सर्व स्तरापर्यंत ज्ञानगंगा पोचवून त्यातून प्रगल्भ समाजाची निर्मिती झाली पाहिजे, ही बाबासाहेबांची भूमिका होती. बाबासाहेबांच्या जीवनप्रवास म्हणजे एक अखंड ज्ञानयज्ञच होता.

अढळ ज्ञाननिष्ठेचे दर्शन

'माझे पहिले दैवत विद्या होय. विद्येशिवाय मानवाला शांतता नाही आणि माणुसकीही नाही. विद्या ही सर्वांना अवगत झाली पाहिजे. ती महासागरासारखी आहे,' या त्यांच्या विधानातूनच अढळ ज्ञाननिष्ठेचे दर्शन घडते. 'मानवतेच्या उन्नयनासाठी माणसाने ज्ञानाची कास धरली पाहिजे. ज्ञानाशिवाय माणूस म्हणजे पशूच. शरीरसंवर्धनासाठी जशी अन्नाची गरज आहे, त्याचप्रमाणे मन, बुद्धी आणि आत्म्याच्या उन्नयनासाठी ज्ञानाची गरज आहे,' असे त्यांनी आग्रहपूर्वक सांगितले. विद्यार्थी, संशोधक, प्राध्यापक, प्राचार्य, शिक्षण संस्थेचे संस्थापक, वंचितांचे उद्धारक, मानवतेचे पथदर्शक, भारतीय घटनेचे शिल्पकार, स्वतंत्र भारताचे मंत्री या विविध भूमिकांत वावरताना त्यांच्या ज्ञाननिष्ठेचे दर्शन घडते.

घरातल्या प्रतिकूल परिस्थितीमुळे दहावी झाल्यानंतर वयाच्या १७व्या वर्षी ९ वर्षांच्या रमाईसोबत बाबासाहेबांचा विवाह झाला. पुढे वडिलांचेही छत्र हरवले. तरीही ज्ञान मिळवण्याच्या प्रबळ इच्छाशक्तीमुळे कौटुंबिक जबाबदाऱ्या पार पाडत बाबासाहेबांनी पदवीपर्यंतचे शिक्षण पूर्ण केले. प्रत्येक समस्येवर मात करत महाराजा सयाजीराव गायकवाड यांच्या सहकार्याने ते उच्चशिक्षणासाठी अमेरिकेतल्या कोलंबिया विद्यापीठात गेले.

रोज अठरा तास अभ्यास

बाबासाहेबांची ही अमेरिकेतली ज्ञानसाधना म्हणजे एक कठोर तपश्चर्याच होती. बाबासाहेबांच्या अमेरिकेतल्या वास्तव्याबाबत त्यांचे मित्र लिहितात, 'आयुष्यात मिळालेल्या संधीचा भरपूर लाभ घेण्यासाठी आंबेडकर यांनी प्रत्येक क्षण सोन्याचा कण मानून अभ्यासासाठी व्यतीत केला. धनाचा प्रत्येक कण योग्य ठिकाणी लावला.' ज्या काळात अन्य विद्यार्थी सिनेमा आणि इतर गोष्टींवर आपला पैसा उधळत, त्या काळात बाबासाहेब पुस्तकांव्यतिरिक्त कोणताच खर्च करत नव्हते. आयुष्यात दारू-सिगारेटचा त्यांना कधीही स्पर्शही झाला नाही. अमेरिकेतल्या वास्तव्यात रोज अठरा तास अभ्यास करून दोनच वर्षांत 'प्राचीन भारतातील व्यापार' (एन्शन्ट इंडियन कॉमर्स) या विषयावर १९१५मध्ये प्रबंध लिहून एमएची पदवी संपादन केली.

ज्ञानाचे वैश्विक मानांकनच

'भारताच्या राष्ट्रीय नफ्याचा वाटा : एक ऐतिहासिक पृथक्करणात्मक परिशिलन' (नॅशनल डिव्हिडंड ऑफ इंडिया-ए हिस्टॉरिकल अँड ॲनॅलिटिकल स्टडी) नामक प्रबंधासंबंधी संशोधन एमएच्या प्रबंधासोबतच चालले होते. अथक परिश्रमातून हा प्रबंध त्यांनी पूर्ण करून १९१६मध्ये कोलंबिया विश्वविद्यालयात सादर केला. या मौलिक संशोधनाबद्दल कोलंबिया विश्वविद्यालयाने त्यांना 'डॉक्टर ऑफ फिलॉसॉफी' ही अत्युच्च पदवी दिली. या ग्रंथाच्या प्रस्तावनेत प्रा. सेलिग्मन लिहितात, 'या विषयाचा इतका सखोल आणि सांगोपांग अभ्यास अन्य कोणी केल्याचे आपणास माहीत नाही.' सेलिग्मन यांच्यासारख्या विख्यात विद्वानाचे हे विधान म्हणजे बाबासाहेबांच्या ज्ञानाचे वैश्विक मानांकनच होते.

'केवळ विद्वत्तेमुळेच सन्मान...'

तीन वर्षांतले अफाट परिश्रम, बुद्धिमत्तेची झेप यांमुळे प्रभावित होऊन विद्यापीठातले कला विभागाचे प्राध्यापक आणि विद्यार्थ्यांतर्फे मेजवानी देऊन त्यांचा गौरव करण्यात आला. प्राप्त पदव्यांपेक्षा दुप्पट ज्ञानाचा साठा बाबासाहेबांच्या संग्रही होता. त्यांचे ध्येय अमेरिकेतली मोठ्यातली मोठी विश्वविद्यालयीन पदवी मिळवणे एवढ्यापुरते सीमित नव्हते. अर्थशास्त्र, समाजशास्त्र, राज्यशास्त्र, नीतिशास्त्र आणि मानववंशशास्त्र या विषयांचा तळ गाठून सखोल ज्ञान मिळवणे हे होते. या ध्येयामुळेच शेवटच्या श्वासापर्यंत त्यांची ज्ञानलालसा कायम राहिली.

परळ इथे १२ एप्रिल १९३३ रोजी बाबासाहेबांचा सत्कार झाला, त्या प्रसंगी

खंत व्यक्त करताना ते म्हणतात, 'माझे आयुष्य विद्यार्थी म्हणून जावे, अशी माझी इच्छा होती; परंतु मला अस्पृश्यांच्या चळवळीत पडावे लागले. व्यवस्थेने अस्पृश्य ठरवलेल्या महार जातीत जन्माला येऊनही जो सन्मान आपल्याला मिळाला तो केवळ विद्वत्तेमुळेच.'

दोन हजार ग्रंथांची खरेदी

ज्ञाननिष्ठेतूनच ग्रंथ आणि ग्रंथालयाबद्दल त्यांच्या मनात कमालीची ओढ होती. याबद्दल त्यांचे चरित्रकार लिहितात, 'विद्यार्थीदशेत आंबेडकर पोटास चिमटा काढून जेवढे ग्रंथ विकत घेता येणे शक्य असे तेवढे विकत घेत असत. प्रवासाकरिता खर्च न करता वाचनालयातून दुर्मीळ ग्रंथ मिळवण्याकरिता ते मैलोन् मैल पायपीट करीत असत.' प्रचंड काटकसर करून अमेरिकेतल्या वास्तव्यात त्यांनी दोन हजार ग्रंथ घेतल्याचे सांगितले जाते; पण ते ग्रंथ मायदेशी आणता आले नाहीत, याबद्दल तीव्र खंतही त्यांच्या मनात होती. आपली ग्रंथसंपदा बाबासाहेबांनी प्राणाच्या पलीकडे जपली. आपले सर्वस्व गेले तरी चालेल; पण ग्रंथाला कुणी हात लावता कामा नये ही त्यांची भावना होती. आपल्या ग्रंथसंपदेबद्दल त्यांच्या मनात विलक्षण अभिमान होता. मात्र, बाबासाहेबांचा वारसा सांगणाऱ्या या देशात आज शिक्षक, प्राध्यापकांचा किती पैसा ग्रंथखरेदीवर खर्च होतो, हा चिंतनाचा आणि चिंतेचा विषय आहे.

ही ग्रंथाची ओढ बाबासाहेबांना तरुण वयातच किती होती, याची कल्पना त्यांनी 'बॉम्बे क्रॉनिकल'ला पाठवलेल्या पत्रावरून दिसून येते. 'मेहतांचे स्मारक निव्वळ पुतळा म्हणून न उभारता एखाद्या सार्वजनिक वाचनालयाच्या स्वरूपात असावे. कोणत्याही देशाच्या बौद्धिक, सामाजिक प्रगतीत ग्रंथालयाचा फार मोठा वाटा असतो, त्यामुळे लोकांना त्याचा उपयोगही होईल व स्मृती म्हणून हे स्मारक चिरंतनही राहील.' यातून तरुण वयातल्या त्यांच्या विचाराची झेप लक्षात येते.

'पीपल्स एज्युकेशन सोसायटी'ची स्थापना

अमेरिकेतल्या वास्तव्यात लाला लजपतराय यांनी बाबासाहेबांना राष्ट्रीय राजकारणात ओढण्याचा प्रयत्न केला; पण विद्यार्थीदशेत ज्ञानार्जन सोडून राजकारणात उतरणे बाबासाहेबांच्या विवेकाला पटले नाही. म्हणून ते नम्रपणे लाला लजपतरायांना नकार देताना म्हणाले, 'इतर सर्व गोष्टींचा विचार बाजूस ठेवला, तरी बडोदा-नरेशांनी मला अपरिमित साह्य केले आहे. त्यांना दिलेले वचन न मोडता आपला अभ्यास पुरा करणे

'पीपल्स एज्युकेशन सोसायटी'च्या सदस्यांसोबत डॉ. बाबासाहेब आंबेडकर

हे माझे पहिले कर्तव्य आहे.' अमेरिकेत उच्चशिक्षण घेऊन मायदेशात परत आल्यानंतर मुंबई इथे संभाजी वाघमारे आणि त्यांच्या इतर चाहत्यांनी बाबासाहेबांचा सत्कार करून मानपत्र देण्याचे ठरवले. संमती घेण्यासाठी जेव्हा ते आले, तेव्हा बाबासाहेब त्यांना म्हणाले, 'मला मानपत्र नको. मी तुमच्यावर उपकार करण्यासाठी शिकलो नाही. परमेश्र कृपेने संधी मिळाली म्हणून मी शिकलो. माझ्याप्रमाणे इतरांना संधी मिळाली, तर तेही माझ्याप्रमाणे मोठ्या परीक्षेत उत्तीर्ण होतील. यास्तव तुम्ही माझ्या मानपत्रासाठी जो पैसा जमवला असेल तो आपल्या अस्पृश्य जातीतल्या लायक विद्यार्थ्यास शिष्यवृत्ती देण्यासाठी उपयोगात आणा.'

त्यांच्या प्रत्येक कृतीला ज्ञानाचे आणि विवेकाचे असणारे अधिष्ठान या प्रसंगातून निदर्शनास येते. ज्ञानप्रसाराचा केवळ उपदेश करण्यावरच धन्यता न मानता बाबासाहेबांनी 'पीपल्स एज्युकेशन सोसायटी'ची स्थापना केली. या संस्थेच्या ध्येय आणि उद्दिष्टांतून बाबासाहेबांच्या मनातल्या ज्ञाननिष्ठेचे दर्शन घडते.

ज्ञाननिष्ठेचा आदर्श गरजेचा

बाबासाहेबांच्या विचारांकडे दुर्लक्ष करून त्यांची प्रतिमा घेऊन मिरवणे आत्मघात ठरणार आहे. बाबासाहेबांच्या या विचारापासून कित्येक मैल लांब जाऊन केवळ त्यांच्या नावाचा जयजयकारात आपण आज धन्यता मानत आहोत. 'केवळ माझे नाव घेऊन जयजयकार करण्यापेक्षा जी गोष्ट माझ्या दृष्टीने अत्यंत मोलाची आहे, त्यासाठी प्राणाच्या मोलाने तुम्ही झटा!' असा बाबासाहेबांचा संदेश होता. म्हणून डॉ. बाबासाहेब आंबेडकर जयंतीनिमित्त केवळ उत्सवात हरवून न जाता त्यांनी प्रस्थापित केलेला ज्ञाननिष्ठेचा आदर्श आपल्या अंगी बाणवणे नितांत गरजेचे आहे. तीच बाबासाहेबांना सार्थ आदरांजली ठरेल.

विभाग ४

'अस्पृश्यता आपल्या देशाला लागलेली कीड आहे.'

—डॉ. बाबासाहेब आंबेडकर

'माणसांच्या सहवासापेक्षा मला पुस्तकांचा सहवास अधिक आवडतो.'

B.R.Ambedkar

११

दलित साहित्याचे 'ऊर्जा केंद्र'

डॉ. बाबासाहेब आंबेडकर यांचे चरित्र, कार्य, लेखन, चळवळ, संविधान या सर्वश्रेष्ठ संपदेने कवींना तर काळावर जय प्रदान करणारी ऊर्जा पुरविली आणि डॉ. आंबेडकर सर्व कवींचे 'ऊर्जा केंद्र'च झाले आहेत. कवींच्या भावनांचे प्रधान स्थळ, विचारधारेचे प्रमुख केंद्र, एकूण साहित्याच्या नवनिर्माणाची मुख्य जमीन डॉ. आंबेडकर ठरले. त्यामुळे साठोत्तरी आंबेडकरी कविता जगातही स्वतःची मुद्रा सतत ठसठशीत करण्यात अव्वल ठरली.

– डॉ. प्रा. केशव सखाराम देशमुख

१९६०नंतर समग्र मराठी काव्याच्या संस्कृतीत दलित कवितेचे स्थान, या कवितेची प्रतिष्ठा, जाणीव, अनुभवसमृद्धी, वेदना, विद्रोह आणि विज्ञाननिष्ठा अशा ठळक विषयांच्या सामिलकीमुळे फार लक्षणीय ठरली. हे सारे विषय जसे ज्ञानात्मक आहेत; तसेच ते चिंतन आणि कृती म्हणूनही महत्त्वाचे आहेत. डॉ. बाबासाहेब आंबेडकर यांचे चरित्र, कार्य, लेखन, चळवळ, संविधान या सर्वश्रेष्ठ संपदेने कवींना तर काळावर जय प्रदान करणारी ऊर्जा पुरविली आणि डॉ. आंबेडकर सर्व कवींचे 'ऊर्जा केंद्र'च झाले आहेत. कवींच्या भावनांचे प्रधान स्थळ, विचारधारेचे प्रमुख केंद्र, एकूण साहित्याच्या नवनिर्माणाची मुख्य जमीन डॉ. आंबेडकर ठरले.

वामनदादा कर्डकांची गीतरचना

त्यामुळे साठोत्तरी ही आंबेडकरी कविताजगातही स्वतःची मुद्रा सतत ठसठशीत करण्यात अव्वल ठरली. वामनदादा कर्डकांसारख्या जनकल्याणी अशा प्रतिभावंत शाहीर कवीने तर लोकभाषा घेऊन आणि लोकांचे साक्षात अंत:करण हळूवार समजून घेत, डॉ. आंबेडकरांवर जी गीतरचना केली, त्या गीतरचनेतील एकूण भावसौंदर्य, जाणिवांचा विस्तार आणि प्रबोधनाचे सार अवघे उच्च प्रतीचे आहे, इतक्या प्रभावी आणि इतक्या सुगम शब्दांतून त्यांनी महामानवाला आविष्कृत केलेले आहे. अवघी भावना, अवघी प्रतिभा, अवघी प्रज्ञा आणि अवघी शब्दसंपदाच डॉ. बाबासाहेबांसाठी वामनदादांनी पणाला लावली, जी श्रेष्ठ आहे आणि आचंबित करणारीही. स्वर आणि शब्द यांच्या माध्यमातून सभेतील लक्षावधी जनतेला, भीमसैनिकांना एवढी चेतना वामनदादांनी पुरविली. हे काम इतर कुठल्याच गायकाला पोचविता आलेले आढळून येत नाही.

सारांश, मराठीत ही शब्दसाधना प्रचंड सशक्त आहे. नामदेव ढसाळ, यशवंत मनोहर यांसारख्या श्रेष्ठ विचारवंत, प्रतिभावंतांनीही समग्र कवितासंग्रहाची निर्मितीच डॉ. आंबेडकर यांचे व्यक्तिमत्त्व, त्यांचे कार्य, त्यांची चळवळ या गुणवैशिष्ट्यांना सामावून घेत केलेली दिसते. शब्दांचा हा सशक्त महासागर थक्क करणारा आहे.

''ही जनता भीमाची भीमाची, ही जनता भीमाची
निव्ळ्या झेंड्याखाली आली, एक झाली आता...
काल सारी पालखी पांगलेली होती,
फूट सारी पिंपळाला टांगलेली होती,
एकजुटीसाठी सारी एक झाली आता,

निळ्या झेंड्याखाली आली, एक झाली आता...
जातपात विसरू आम्ही सारे गडी,
अशी भीमसेना करू आम्ही खडी,
गरिबांच्या भल्यासाठी एक झाली आता,
निळ्या झेंड्याखाली आली, एक झाली आता...''

अशी सहज शब्दांतील आशयसमृद्ध अगणित गाणी वामनदादांनी लिहून दीनदलित लाखो बांधवांमध्ये 'प्रबोधनाचे वादळ' पोचविले. विचारांचा जागर घडविणारी ही अवघी त्यांची गीतरचना सोपी; पण प्रभावक्षम आहे; तसेच 'काव्यभीमायन' हा कवितासंग्रह यशवंत मनोहरांनी लिहून महामानवाच्या या एकूण व्यक्तिमत्त्वास विचारसमृद्ध शैलीत शब्दांमधून साकार केले आहे.

यशवंत मनोहर म्हणतात -
''हे क्रांतीच्या महानायका,
आम्ही नाग,
आम्हाला तू पाजलीस आग,
आणि तू होतास अंधारांच्या जंगलात उगवलेला,
सूर्यांचा सूर्य,
तू अवकाशाच्या पोटात हात घालून,
उजेडाचे झरे मोकळे केलेस,
तू फिरवलेस काळाला,
माणसांच्या वस्तीकडे.''

अशा एकापेक्षा एक सरस कविता 'भीमायन'मध्ये वाचकांना समृद्ध करीत नेतात. चिंतन आणि विज्ञान ही प्रधान सूत्रे स्वीकारून मनोहरांची काव्यशैली वाचताना मोहित करते. प्रामुख्याने पद्मश्री नामदेव ढसाळ यांनी तर जागतिक श्रेष्ठता कमावलेली समग्र कविता लिहिली. अफाट वाचन, भयंकर जीवनानुभव, जहाल विचारधारा, अचंबित करणारे शब्दशस्त्र आणि व्यवस्थेचे शिरकाण करणारे शक्तिवंत ज्ञानसामर्थ्य या ढसाळांच्या महत्त्वाच्या गुणविशेषांमुळे त्यांच्याप्रमाणे कविता कुणालाही लिहिता आलेली नाही. ढसाळांच्या शैलीचे अनुकरणसुद्धा कोणाला करता आलेले नाही.

डॉ. आंबेडकर यांच्यावर ढसाळांच्या महत्त्वाच्या कविता आहेत.
जसे-

असे नोंदवत 'महामानव' हेच सर्वस्व आहे, हे ढसाळांनी अवघी भावना आणि अवघी ताकद लावत आपल्या दीर्घ कवितेतून सांगितलं. 'तुझेच बोट धरून चाललो आहे...' हा अवघा संग्रह महामानवांच्या जीवनविचारांचा सशक्त सार सांगणारा आहे. 'सूर्यांच्या रथाचे सात घोडे' या संग्रहातही समाविष्ट असलेली ढसाळांची एक दीर्घ कविता विचार-जाणिवांचा समृद्ध आविष्कार ठरते. 'गोलपीठा' आणि त्यांच्या इतरही काव्यसंग्रहांतून डॉ. आंबेडकर यांच्यावरील स्वतंत्र कविता स्वतंत्र संशोधनाचे विषय ठराव्यात. विद्रोहाची मांडणी, भाषेची ताकद, विचारांची ठळक बैठक, प्रबोधनाचे सूत्र, एकसंध आशय आणि प्रखर वास्तवाचा विस्तार ही ढसाळांच्या काव्यसंपदेची महत्त्वाची लक्षणे त्यांच्या सर्व कवितांमधून वाचकांना अधिक खोलवर घेऊन जातात. वैचारिकता आणि दाहक वास्तवाची इतकी संपर्कता ढसाळांप्रमाणे क्वचितच कवींना अक्षरबद्ध करता आलेली आहे.

त्र्यंबक सपकाळे, फ. मुं. शिंदे, यशवंत मनोहर, शरणकुमार लिंबाळे, प्रज्ञा दया पवार, राम दातोंडे, अर्जुन डांगळे, वामन निंबाळकर, केशव मेश्राम, लोकनाथ यशवंत, ऋषिकेश कांबळे, किशोर घोरपडे, मिलिंद बागल, राजेंद्र गोणारकर, प्रकाश मोगले, आदिनाथ इंगोले, प्रतिभा अहिरे, कैलास भाले अशी साठ-सत्तरपासूनची आजच्या विद्रोही कवींची एक मोठी पिढी डॉ. आंबेडकर यांच्या व्यक्ती-कार्य-विचार-चळवळ-लेखनाची मजबूत प्रेरणा मनःपूर्वक स्वीकारत कविता लिहीत आहे. यात कवींची संख्या हजारांचा आकडा ओलांडून पुढे जात आहे.

'अस्मितादर्श' या क्रांतिकारक मराठी नियतकालिकाने तर कवींची मोठी पिढी घडविली. डॉ. गंगाधर पानतावणे याचे संपादक म्हणून असणारे लेखक पिढ्या घडविण्यातले योगदान अर्थातच अनन्यसाधारण ठरते. डॉ. आंबेडकरांना मानणाऱ्या राजेंद्र गोणारकर या नव्या पिढीतल्या कवीनं बाबासाहेबांविषयी 'अनारंभ' काव्यसंग्रहात एक सशक्त कविता लिहिली. अनेक तरुण प्रतिभावंत चांगली कविता लिहीत आहेत. गोणारकरांची 'भीमजयंती' कविता मुळातून वाचायला हवी.

'अनारंभ' संग्रहातील एका लक्षणीय कवितेत कवी म्हणतो -

'बाबासाहेब,

तुम्ही जातिअंताच्या लढ्याचं ऊर्जाकेंद्र

मी वर्तुळ विस्तारू इच्छिणाऱ्या परिघावरील बिंदू

तुम्ही वर्गनाशाचं धारदार शस्त्र,

तुम्ही स्त्रीमुक्तीचं निळंभोर आभाळ

खरंच बाबासाहेब,

तुम्हीच स्वतंत्र अंतराळ माझ्या जगण्याचं!'

या कवितेतील गोणारकरांची विचारदृष्टी आणि या कवीचे जागलेपणाचे आत्मभान कवीच्या अभ्यासदिशाचा प्रत्यय देणारे आहे. कवी अशोककुमार दवणे यांचे यासंबंधीचे लेखन प्रत्ययकारक आहे. सांगायचे तात्पर्य हे, की विचारसमृद्ध पद्धतीनं एक विस्तृत मांडणी डॉ. आंबेडकरांसंबंधी हजारो कवितांमधून झाली, तद्वतच मानवी भावविश्व व्यापून टाकणारेही श्रेष्ठ गीतलेखन आणि काव्यलेखन विपुल व सशक्त आहे. ते वाचायला मराठीत उपलब्ध आहे.

वामनदादा आणि नामदेव ढसाळ या दोन महत्त्वाच्या गीतकार व कवींचा इथे उल्लेख अधिक न्यायपूर्ण ठरू शकणारा आहे. लक्षावधी गाण्यांमधून आणि हजारोंच्या सशक्त काव्य शब्दांमधून बाबासाहेबांची कीर्ती आणि महती प्रतिभावंतांनी लिहून ठेवलेली बघायला मिळते. हे सारे लेखन रोमांच उभे करणारे, वाचून प्रेरणा देणारे आणि वाचकांच्या मनाचा आणि मेंदूचा प्रदेश रुंदावत नेणारे हे सारे लेखन आहे.

'सूर्यमुद्रा' नावाच्या एका वेगळ्या कवितासंग्रहात जनप्रिय प्रतिभावंत कवी फ. मुं. शिंदे यांनी डॉ. बाबासाहेब आंबेडकर यांच्यासंबंधी महत्त्वाच्या दोन कविता लिहिल्या आहेत. भावनात्मकता आणि विचारसौंदर्य यादृष्टीने फ.मुं.च्या या काव्यरचनांची प्रतिष्ठा विशेष ठरणारी आहे.

'एकाग्रतेत व्यत्यय आलेला

तुम्हाला खपत नाही

हे ठाऊक असूनही

आलो आहे.

तुमच्या हातातलं पुस्तक

वाटतं

मीच

झालो आहे!'
हाताच्या ओंजळी
आम्हाला भरू द्या
तुमच्या स्वप्नातला भारत
जिवंत करू द्या!
तुमच्या डोळ्यातलं तेजाब
जनसागरात मिसळलं आहे
आणि पाणी विद्रोहाचं
आतून वर उसळलं आहे!
बाबासाहेब,
तुमच्या डोळ्यांवरची भिजलेली
काच तेवढी पुसू द्या,
माझ्या फुलपाखराला पुन्हा पापणीवर बसू द्या!

ही फ.मु. शिंदे यांच्या अंत:करणातली भावना आणि कविमनांतला सर्वप्रिय आदर जसा कवीच्या ठायी आहे, तसाच तो लक्षावधी, कोट्यवधी जनसागराच्या अंत:करणात आहे. प्रतिभावंतांच्या शब्दांमधून आणि त्यांच्या समृद्ध जाणिवांमधून महामानवांना वाहिलेली शब्दसुमनांजली समाजाला अखंड ताकद व दिशा पुरविणारीच आहे.

'तुमच्याकडे दोन नाणी असतील तर एका नाण्याची भाकरी घ्या, एका नाण्याचे पुस्तक घ्या! भाकरी तुम्हाला जगवेल तर पुस्तक जगण्याची कला शिकवेल.'

B. R. Ambedkar

१२

आंबेडकरी क्रांतीचे कल्याणसूत्र

डॉ. बाबासाहेब आंबेडकरांनी १४ ऑक्टोबर १९५६ रोजी केलेले धम्मचक्र प्रवर्तन केवळ एक ऐतिहासिक घटना म्हणून तिचे महत्त्व अवगुंठित करणे म्हणजे त्या घटनेचे सांस्कृतिक आणि मानवी कल्याणाच्या दृष्टीने असलेले महत्त्व बाजूला सारण्यासारखे होईल. हे धम्मचक्र प्रवर्तन ऐतिहासिक खरेच; परंतु त्याची ऐतिहासिकता ही त्या घटनेच्या मूळ उद्दिष्टात अंतर्भूत आहे. केवळ भारतातील ब्राह्मणशाहीवादी सामाजिक, राजकीय आणि तथाकथित हिंदू राष्ट्रवादी भूमिकेचे निर्दालनच नव्हे; तर या संपूर्ण विश्वामध्ये आज जी समग्र परिवर्तने घडत आहेत, त्यांची विज्ञाननिष्ठ संगती लावून, ही परिवर्तने मानवी कल्याणासाठी कशी साह्यभूत ठरतील, त्याचे मार्गदर्शनही करता यावे, हा या धम्मचक्र प्रवर्तनाचा अंतःस्थ हेतू आहे.

- ताराचंद्र खांडेकर

आज धम्मचक्र प्रवर्तनाला ६७ वर्षांचा कालावधी लोटलेला आहे. खरे तर या काळामध्ये या घटनेने जे वैचारिक, सांस्कृतिक, सामाजिक आणि राजकीय मतांतर घडवून आणले, ते आंबेडकरी प्रगल्भ जाणिवांचे निदर्शक म्हणून सिद्ध व्हायला हवे. या संदर्भात आंबेडकरी समाजामधील स्थित्यंतरे अगदीच प्रभावशून्य ठरली, असे म्हणणे वैचारिक करंटेपणा ठरेल. आंबेडकरी बौद्ध समाजामध्ये जो क्रांतिकारी बदल घडलेला आहे, त्याचे कारण म्हणजे या धम्मचक्र प्रवर्तनाने निर्माण केलेल्या धम्मविषयक संस्कार आणि जाणिवा. प्रत्येक प्रगतिशील समाजाला क्रांतिप्रवण होताना काही सामाजिक, सांस्कृतिक, राजकीय, आर्थिक आणि वैचारिक कार्यक्रम यशस्वी करणे आवश्यक असते. कालानुरूप या कार्यक्रमांची साधने बदलावी लागत असली, तरी त्यांच्याद्वारे मूळ उद्दिष्टांना इजा पोचणार नाही, याची दखल त्या त्या क्षेत्रातील कार्यकर्त्यांनी घ्यायची असते. बाबासाहेब आंबेडकरांनी त्यांच्या आयुष्यात या समस्त पातळ्यांवर जी अभूतपूर्व क्रांती केली आणि त्यातून जे तत्त्व निष्पादित झाले, त्याबरहुकूम त्यांच्या महापरिनिर्वाणानंतर आम्ही मार्गक्रमण करणे काळाची गरज होती.

यासंदर्भात त्यांनी केलेल्या धम्मचक्र प्रवर्तनाबरोबरच भारतीय राज्यघटना आणि त्यामधील प्रजासत्ताक संसदीय प्रणालीची जी मुहूर्तमेढ रोवली त्यांचा संयुक्तपणे, गांभीर्याने विचार करून तशा कार्यक्रमांची आम्ही निर्मिती करायला हवी होती.

धम्मकारण, राजकारण, समाजकारण यांमुळेच वैभव

बाबासाहेब आंबेडकरांच्यासोबत ज्यांनी या कार्याची धुरा वाहिली, त्यांनी बाबासाहेबांच्या महापरिनिर्वाणानंतर हे क्रांतिकार्य पुढे रेटले नाही अशी एक टीका सातत्याने केली जाते. त्यात काही तथ्यांश असेलही; परंतु केवळ त्यांनाच दोष देण्यात अर्थ नाही. त्यामधील काही मंडळी बाबासाहेबांच्या मूळ तत्त्वज्ञानाला आणि कार्यक्रमांना निष्प्रभ आणि कलंकित करण्यासाठी जबाबदार धरता येऊ शकेल; परंतु इतके होऊनही त्यांचे धम्मकारण, राजकारण, समाजकारण आणि त्यांनी लढलेले लढे यांबद्दल निष्ठा बाळगून, त्यामध्ये कार्यरत असणाऱ्या बाबासाहेबांच्या निष्ठावंत कार्यकर्त्यांमुळेच आम्हाला आजचे वैभव प्राप्त झाले आहे, हे विसरणे म्हणजे कृतघ्नपणा ठरेल.

'आपल्यापैकी प्रत्येकाने सुविद्य व्हावे, अशी माझी फार इच्छा आहे; परंतु त्याचबरोबर आज विद्येची मला मोठी भीती वाटते. शिकलेल्या माणसांची मला जशी भीती वाटते तशी ती सर्वांनी बाळगली पाहिजे. कारण शिक्षण हे तलवार आहे. शिक्षण हे शस्त्र आहे. जर एखादा मनुष्य येथे तलवार घेऊन आला तर आपण सर्वजण त्यास घाबरून जाल; परंतु विद्येचे शस्त्र हे नेहमी वापरणाऱ्यावर अवलंबून असते. हत्याराने

अबलांचे संरक्षण मनुष्य करू शकेल. चांगल्या माणसाच्या हातात शस्त्र असणे उत्तम; परंतु वाईट माणसाच्या हातात शस्त्र असणे बरे नाही.' शिक्षण घेतलेल्या माणसाच्या अंगी शील व सौजन्य नसेल, तर तो हिंस्त्र पशूपेक्षाही क्रूर व भीतिप्रद समजण्यात यावा. अज्ञ जनतेस छक्केपंजे, डावपेच करता येत नाहीत. शिकल्या-सवरलेल्यांना ते अवगत असतात. एखाद्याचा दृष्टिकोन वेगळा असल्यास, त्यास कसे पेचात आणावयाचे यासाठी बरेच लोक आपल्या शिक्षणाचा उपयोग करतात. दीनदुबळ्या, गरीब शेतकऱ्यांना शिक्षण नाही. त्यांच्या अज्ञानीपणाचा फायदा शिकलेले सवरलेले सर्व लोक घेत आहेत. नाडण्यासाठीच जर शिक्षणाचा उपयोग होणार असेल, तर धिःकार असो अशा शिक्षणाचा. त्या दृष्टीने पाहता शिक्षणापेक्षा शील फार महत्त्वाचे आहे.

डॉ. बाबासाहेब आंबेडकरांनी मनमाड येथे १२ फेब्रुवारी १९३८ रोजी आयोजित मुंबई इलाखा अस्पृश्य युवक परिषदेत केलेले भाषण उद्धृत करताना त्यातून आजच्या परिस्थितीमध्येही ते कसे मार्गदर्शक आहे, याचे प्रत्यंतर येते.

आंबेडकरी मध्यमवर्ग हा बाबासाहेब आंबेडकरांच्या सम्यक् क्रांतीचा वाहक म्हणून महत्त्वपूर्ण आहे. किंबहुना २४ सप्टेंबर, १९४४ रोजी मद्रास इलाखा शेड्युल्ड कास्ट्स फेडरेशनच्या वतीने आयोजित सभेमध्ये या संदर्भात बाबासाहेबांनी केलेले आव्हान आमच्या उद्दिष्टपूर्तीसाठी महत्त्वाचे आहे.

'शासनकर्ती जमात बनणे, हीच आकांक्षा'

बाबासाहेब म्हणतात, ''आपले उद्दिष्ट काय आहे, ते नीट समजून घ्या. शासनकर्ती जमात बनणे हेच आमचे उद्दिष्ट व आकांक्षा आहे, हे तुमच्या घराच्या भिंतीवर कोरून ठेवा. म्हणजे दररोज तुम्हाला आठवण राहील की, ज्या आकांक्षा आपण उराशी बाळगून आहोत, ज्याच्यासाठी आम्ही लढत आहोत, ते काही लहान-सहान संकुचित ध्येय नाही. थोड्याशा नोकऱ्यांसाठी किंवा सवलतीसाठी आपला लढा नाही. आमच्या अंतःकरणातील आकांक्षा फारच मोठ्या आहेत. शासनकर्ती जमात बनणे, हीच ती आकांक्षा होय. ती कृतीत उतरवण्यासाठी केवढे भगीरथ प्रयत्न करावे लागतील, ते मग तुमच्या ध्यानात येईल. केवळ निवेदनाचा किंवा शब्दांचा काही उपयोग होणार नाही.''

आंबेडकरी सम्यक् क्रांतीच्या क्रांतिकारी यशस्वितेसाठी आम्हाला सगळ्याच पातळ्यांवर समान ध्येयाने परस्परसामंजस्याने कार्यरत राहावे लागेल. फक्त राजकारण, फक्त समाजकारण, फक्त धम्मकारण, फक्त साहित्यिक, सांस्कृतिक कार्य अशा पद्धतीने सुज्ञ विचार करून बाबासाहेब आंबेडकरांना अभिप्रेत असलेला कार्यभाग साधता येणार नाही. या प्रत्येक कारणाचे स्वतंत्र अस्तित्व आणि महत्त्व आहेच;

परंतु त्यामध्ये एकसूत्रता, समान ध्येयसिद्धी आणि एकजीवता नसेल, तर आंबेडकरी जाणिवांचे ते द्योतक ठरणार नाही.

साधारणतः १९५०-६०च्या दशकातील पिढीला काही प्रमाणात का होईना, बाबासाहेब आंबेडकरांचा सहवास किंवा त्यांनी उभारलेल्या लढ्यांमध्ये सहभाग घेता आला. त्यामुळे त्यांच्यावरील संस्कारांमध्ये एक प्रांजळ निष्ठा सहजच होती. त्यानंतर आलेली पिढी सार्वजनिक जीवनामध्ये ज्या निष्ठांनी संस्कारित झाली, ती निष्ठा इतर अनेक प्रभावांनी संस्कारित झालेली आढळेल.

दलित पँथर्स, बामसेफचा प्रभाव

दलित पँथर्स, बामसेफ किंवा युवकांची आणि बुद्धिजीवी मध्यमवर्गीय पांढरपेशांच्या सामाजिक, सांस्कृतिक आणि तत्सम अन्य कार्यकर्तृत्वाचा प्रभाव आंबेडकरी जनतेवर विविध प्रकारे पडलेला दिसेल. त्यातून दलित साहित्य, आंबेडकरवाद, फुले-आंबेडकरवाद, मार्क्सवाद, समाजवाद, गांधीवाद, अन्य तत्त्वज्ञाने, बहुजनवाद, सर्वजनवाद, समन्वयवाद आदी प्रभावातून हे समाजवास्तव ढवळून काढण्याचा प्रयत्न झाला.

बार्शी, जिल्हा सोलापूर येथे मे १९२४मध्ये भरलेल्या मुंबई प्रांतिक बहिष्कृत परिषदेत बाबासाहेब म्हणाले होते, ''आपण जे ध्येय आपल्यापुढे ठेवतो, त्या ध्येयाला आधारभूत असणारी तत्त्वे आपल्या प्रतिपक्षापुढे मांडून कार्यभाग पूर्ण होत नाही, हे आपण विसरता कामा नये. कोणताही एखादा प्रसंग गुदरला म्हणजे ज्या लोकांवर तो प्रसंग गुदरतो, ते लोक प्रथमतः तत्त्वावर वादविवाद करीत सुटतात. निव्वळ तत्त्वाची उभारणी करून चालत नाही. कारण तत्त्वाची उभारणी झाल्याबरोबर त्याचा परिणाम जगाच्या रहाटीवर आपोआप होत नाही, तो परिणाम घडवून आणावा लागतो; म्हणून परिणामाच्या दृष्टीने तत्त्वे मांडण्यापेक्षा, ती अमलात आणावयास योग्य अशी संघटना तयार करणे, त्याहीपेक्षा अगत्याचे आहे.''

''आज आपण ज्या विज्ञान-तंत्रज्ञानाच्या युगामध्ये राहतो, हे विज्ञान-तंत्रज्ञानाचे युग आमच्या आर्थिक आणि संधिप्राप्तीच्या अभावामुळे आमच्यापासून फार दूर आहे. भांडवलशाही आणि ब्राह्मणशाही यांच्या अभिन्न अशा साहचर्याने आजवर नागवलेले आम्ही, नव्या युगातही अस्पृश्यच राहावे ही त्यांची सांस्कृतिक-राजकीय सत्ताखेळी आहे आणि आम्ही या चाणक्यनीतीचे आज गुलाम म्हणून आत्मगौरव करून घेत आहोत. राजकीय सत्तेने काहींना काळ-वेळ भ्रममूलक गौरव प्राप्त होईलही; परंतु त्यात ते आत्मनाश ओढवून घेत आहेत, याचे त्यांना भान नाही.

सामाजिक, सांस्कृतिक पातळीवरील झिरपत जाणारी ही विषवल्ली भल्या-

भाल्यांच्याही लक्षात येत नाही. सामाजिक समरसतेच्या गोंडस नावाखाली गेली अनेक वर्षे सुरू असलेली ही समांतर सांस्कृतिक हिंदुत्वाची विषवल्ली आमचे सामाजिक, सांस्कृतिक विश्व विषाक्त करीत आहे, याचे भान आम्हाला होणार आहे की नाही ?'' खरेतर प्रत्येक समाजात वोल्टेअर निर्माण व्हावा, ही बाबासाहेबांचीही अपेक्षा होती. गेली ६०-७० वर्षे आम्ही आत्मचिंतन आणि आत्मपरीक्षण या नावाखाली विद्रोह आणि नकार या तथाकथित मूल्यांचा आधार घेऊन आमच्या अनेक समाजपुरुषांचे,

नाशिकमधील येवलाच्या सभेत १३ ऑक्टोबर १९३५ला डॉ. बाबासाहेब आंबेडकरांनी भाषण करताना धर्मांतराची घोषणा केली.

'मी हिंदू म्हणून जन्माला आलो असलो तरी, हिंदू म्हणून मरणार नाही.' अशी ती घोषणा होती.

समाजजीवनाचे वास्तवदर्शनाच्या नावाखाली चारित्र्यहनन करीत आहोत. आमच्या साहित्यिक कलावंतांनी आपल्या कलाकृतींतून मानवमूल्ये अभिसर्जित करावी, ही अपेक्षा बाबासाहेबांनी व्यक्त केली होती. चिंतन ही अव्याहत चालणारी प्रक्रिया असते; पण चिंतनाला विवेक, प्रज्ञा यांची साथ नसेल, तर ते स्वप्नरंजन ठरते आणि स्वप्नरंजनातून भरपूर शब्दच्छल करून, एखादी दिव्य कलाकृती आपण निर्माण केली असा कलावंतांचा ठाम आत्मविश्वास असतो; परंतु अशा स्वप्नरंजनात्मक कलाकृतींतून कोणतेच उन्नयन होत नाही, याची त्याला जाणीव होत नाही. उलट मी वापरलेल्या आत्मविश्वास या शब्दातील 'आत्म' या शब्दार्थामध्ये तो आत्मा शोधण्याचे विद्रोही स्वप्न आठवीत बसतो; परंतु केवळ एवढेच खरे नाही.

'लोक समाजाला विसरतात…'

बाबासाहेब आंबेडकरांनी लिहिलेल्या ग्रंथांच्या प्रकाशनाद्वारे आता अध्ययनाची नवी द्वारे उघडली आहेत. नवनव्या संशोधनांनी माणूस, त्याचा समाज आणि बदल यावर चर्चा सुरू आहे. 'पददलित समाजाची सेवा करण्यासाठी आपल्यातील काही मुले शिकून तयार व्हावीत; म्हणून मी सिद्धार्थ कॉलेज काढले; पण अनुभव मात्र कटू येत आहे.

शिक्षण संपादन केल्यानंतर एखादी मोठी नोकरी मिळाली, की बस्स! झाले आपले काम. मी कोण आहे? मला शिक्षण कोणी दिले? कसे दिले? त्यांनी किती कष्ट केले? याची तिळमात्र जाणीव न ठेवता, हे लोक समाजाला विसरतात. या लोकांना काय म्हणावे हेच मला समजत नाही,' अशी बोचरी खंत बाबासाहेबांनी २० जुलै, १९५२ रोजी व्यक्त केली होती. बाबासाहेबांची ही व्यथा आम्ही समजून घेणार की नाही?

बाबासाहेब आंबेडकरांनी केलेले धम्मचक्र प्रवर्तन या सर्व पार्श्वभूमीवर आमच्या वैयक्तिक, कौटुंबिक, सामाजिक आणि राष्ट्रीय समस्यांना सोडविण्याच्या दृष्टीने मार्गदर्शक ठरू शकेल याची त्यांना पूर्ण कल्पना होती. त्यासाठी त्यांनी भगवान बुद्ध आणि त्यांच्या तत्त्वज्ञानाचे, धम्माचे आजच्या विज्ञान-तंत्रज्ञानाच्या प्रगत युगामध्ये नवे संदर्भ, नवे आकलन आणि नवे उन्मेष प्रकट केले.

अष्टांगिक मार्ग कल्याणाचा मूलमंत्र

जगातील बहुसंख्य जनतेच्या 'बहुजन हिताय, बहुजन सुखाय' या निष्ठेने होणाऱ्या कल्याणासाठी त्यांनी धम्मचक्र प्रवर्तन केले. मानव हा मनामुळे श्रेष्ठ प्राणी ठरला आहे. शरीर व मन यांच्या सुदृढतेसाठी बुद्धाने दिलेला पंचशील, आर्य अष्टांगिक मार्ग आमच्या कल्याणाचा मूलमंत्र आहे. माणसाच्या मनाची मशागत करण्यासाठी बौद्ध मनोविज्ञानापेक्षा अन्य मार्ग नाही. स्वातंत्र्य, समता व बंधुत्व हे युगमूल्य साकार करण्यासाठी प्रज्ञा, करुणा आणि मैत्री या गुणत्रयींची कास धरण्याशिवाय अन्य पर्याय नाही. आमचे मन आमच्या भावना, संवेदना यांचे ऊर्जास्थळ आहे. आमचे सामाजिक, मानसिक, वैचारिक, साहित्यिक, सांस्कृतिक अस्तित्व आणि त्यांचे प्रकटीकरण हीच आमच्या अस्तित्वाची गुरूकिल्ली आहे. मनाद्वारे ज्या भावना जन्माला येतात, त्यांना मूर्तरूप देण्यासाठी आमच्या संवेदनांना सहकार्याची आवश्यकता असते. आमचा उत्कर्ष दुसऱ्या व्यक्तीच्या सहकार्याशिवाय शक्य नाही, हीच खरी समतामूलक मैत्री! व्यक्ती आणि त्यांचा समाज यांच्या अभिन्न साहचर्याशिवाय व्यक्ती म्हणून आम्ही यशस्वी होऊ शकत नाही, आम्हाला आमची आव्हाने आणि संघर्ष यशस्वीपणे जिंकता येणार नाहीत. म्हणूनच म्हणायचे -

सब्ब पापस्स अकरणं। कुसलस्स उपसंपदा
सचित्त परियोदपतं। एतं बुद्धानुसासनं।।

अर्थात : सर्व कुकर्मांचा त्याग करणे आणि सत्कर्मांचा स्वीकार करून त्यांचा संचय करणे, हीच बुद्धाची शिकवण आहे...

विभाग ५

'मंदिरांत जाणाऱ्या रांगा जेव्हा वाचनालयांकडे जातील, तेव्हा माझ्या देशाला महशक्ती बनण्यापासून कोणीच रोखू शकत नाही.'

— डॉ. बाबासाहेब आंबेडकर

'तांत्रिक आणि वैज्ञानिक प्रशिक्षणाविना देशाच्या विकासाची कोणतीही योजना पूर्णत्वाला जाणार नाही.'

B. R. Ambedkar

१३

शिक्षणाच्या लोकशाहीकरणाचे उद्गाते

बाबासाहेब शिक्षणाकडे फक्त आर्थिक विकासाचे साधन म्हणून बघत नव्हते; तर ते शिक्षणाकडे सामाजिक आणि राजकीय जागृतीचा मार्ग म्हणून बघत होते. व्यक्तीला शिक्षण मिळून त्याचे सबलीकरण व्हावे आणि सबलीकरणातून त्याला मानसिक गुलामगिरीतून, अन्यायातून मुक्ती मिळावी, असे बाबासाहेबांचे स्वप्न होते.

- डॉ. शैलेंद्र देवळाणकर

भारतात शिक्षणाच्या लोकशाहीकरणाची मागणी सर्वांत प्रथम डॉ. बाबासाहेब आंबेडकरांनी विसाव्या शतकाच्या सुरुवातीला केली होती. त्यांचा सर्वाधिक भर प्रामुख्याने उच्च शिक्षणावर होता. बाबासाहेब शिक्षणाकडे फक्त आर्थिक विकासाचे साधन म्हणून बघत नव्हते; तर ते शिक्षणाकडे सामाजिक आणि राजकीय जागृतीचा मार्ग म्हणून बघत होते. व्यक्तीला शिक्षण मिळून त्याचे सबलीकरण व्हावे आणि सबलीकरणातून त्याला मानसिक गुलामगिरीतून, अन्यायातून मुक्ती मिळावी, असे बाबासाहेबांचे स्वप्न होते. भारत आज महासत्ता बनण्याच्या दिशेने मार्गक्रमण करीत आहे; परंतु त्यासाठी अण्वस्त्रे अथवा दोनअंकी विकास दर गाठणे पुरेसे नाही; तर भारतात ज्ञानाधिष्ठित समाज निर्माण करावा लागणार आहे. सध्या एकविसाव्या शतकातील नवीन शिक्षण धोरण ठरविण्याची प्रक्रिया केंद्र सरकारकडून सुरू झालेली आहे. अशा वेळी बाबासाहेबांचे याबाबतचे विचार समजून घेणे महत्त्वाचे आणि औचित्याचे ठरणारे आहे. गेल्या दोन दशकांपासून म्हणजे जागतिकीकरण, खासगीकरण आणि उदारीकरणाचे धोरण अवलंबिल्यापासून भारतातील शिक्षण व्यवस्था संक्रमणावस्थेतून जात आहे.

अलीकडील काळात शिक्षण क्षेत्रामध्ये मोठ्या प्रमाणात कायापालट घडवून आणला जात आहे. अनेक बाबतींत हे बदल दिसून येत आहेत. विशेषतः ११व्या आणि १२व्या पंचवार्षिक योजनेत शिक्षण क्षेत्रावर फार मोठा भर देण्यात आलेला दिसतो.

संख्यात्मक आणि गुणात्मक विकास

अकराव्या पंचवार्षिक योजनेमध्ये शिक्षणाची संख्यात्मक वाढ आणि बाराव्या पंचवार्षिक योजनेत शिक्षणाचा गुणात्मक विकास याला प्राधान्य देण्यात आले आहे. दुसरीकडे गेल्या एक दशकात जगामध्ये उच्च शिक्षणासंदर्भात होत असलेल्या काही आंतरराष्ट्रीय सर्वेक्षणांनुसार उच्च शिक्षण देणाऱ्या संस्थांची गुणवत्तेनुसार जी क्रमवारी केली जात आहे, त्यामध्ये जगातील पहिल्या शिक्षणसंस्थांमध्ये एकाही भारतीय संस्थेचे नाव नाही. भारतातील उच्च शिक्षणामधील 'ग्रॉस एन्रॉलमेंट रेशो' हा जगाच्या आणि इतर आशियाई देशांच्या तुलनेत अतिशय कमी आहे. सध्या भारतातील शिक्षण क्षेत्राला दोन मोठ्या समस्या भेडसावत आहेत. त्यापैकी एक म्हणजे शिक्षणाचा संख्यात्मक विकास आणि दुसरी आहे शिक्षणाचा गुणात्मक विकास. या दोघांचाही शिक्षणाच्या लोकशाहीकरणाशी थेट संबंध आहे. आपल्याकडे शिक्षणाचे लोकशाहीकरण झाले असते तर शिक्षणाची सर्वांना समान संधी मिळाली असती आणि देशाचा शैक्षणिक प्रसार घडून आला असता. आजही भारतात साधारणतः ८० टक्के लोकसंख्या ही उच्च

शिक्षणाच्या अखत्यारित नाही. शिक्षणाच्या लोकशाहीकरणाची मागणी सर्वांत प्रथम डॉ. बाबासाहेब आंबेडकरांनी विसाव्या शतकाच्या सुरुवातीला केली होती. त्यांचा सर्वाधिक भर प्रामुख्याने उच्च शिक्षणासाठी होता.

चाळीस वर्षे शिक्षणक्षेत्रामध्ये काम

सध्या भारत हा महासत्ता बनण्याच्या दिशेने प्रवास करीत आहे; पण यात एक गोष्ट लक्षात घेतली पाहिजे, की भारत केवळ अण्वस्त्रांच्या आधारावर एक किंवा दोन अंकी विकासाचा दर गाठल्यामुळे महासत्ता बनणार नाही, तर त्यासाठी भारतात ज्ञानाधिष्ठित समाज तयार करावा लागेल. जपानचा विकास त्याचे उत्तम उदाहरण असून, या देशाने प्रामुख्याने शिक्षणात सर्वाधिक गुंतवणूक केली व आपला विकास साधला. आज आफ्रिका खंडातील अनेक मागासलेले देशसुद्धा शिक्षणासाठी मोठा खर्च करीत आहेत. याचाच अर्थ ज्ञानाधिष्ठित समाज बनविण्याच्या माध्यमातूनच राष्ट्र हे महासत्ता बनू शकते. अशा दृष्टिकोनातून आज आपल्याकडे शिक्षणावर भर दिला जात आहे. आज ज्या सुधारणा आपण घडवून आणतो आहोत, त्या सुधारणांची सूचना बाबासाहेबांनी विसाव्या शतकाच्या सुरुवातीलाच दिल्या होत्या. म्हणूनच बाबासाहेबांचे याबाबतचे विचार आज समजून घेणे खूपच महत्त्वाचे ठरते. बाबासाहेब शिक्षणाकडे फक्त आर्थिक विकासाचे साधन म्हणून बघत नव्हते; तर ते शिक्षणाकडे सामाजिक आणि राजकीय जागृतीचा मार्ग म्हणून बघत होते. बाबासाहेबांच्या एकूण ६५ वर्षांच्या आयुष्यामध्ये त्यांनी जवळपास चाळीस वर्षे ही शिक्षण क्षेत्रामध्ये घालवली आहेत. ते एक प्रभावी शिक्षणशास्त्री होते. त्यांचे संपूर्ण व्यक्तिमत्त्व अंतर्ज्ञानशाखीय व्यक्तिमत्त्व होते.

एन्थ्रॉपॉलॉजी (मानववंशशास्त्र), इतिहास, राज्यशास्त्र, अर्थशास्त्र, तत्त्वज्ञान आणि कायदा या विषयांवर त्यांचे जबरदस्त प्रभुत्व होते. म्हणूनच त्यांचे अंतर्ज्ञानशाखीय व्यक्तिमत्त्व आजच्या जगाला देखील आदर्श ठरणारे आहे. भारतीय तरुणांना आज शिक्षणासाठीचा ओढा प्रामुख्याने अमेरिकेकडे आहे. हा देश शिक्षणाचे महत्त्वाचे केंद्र मानला जातो आहे. आज प्रत्येकाला उच्च शिक्षणासाठी अमेरिकेला जायचे असते; परंतु याची जी परंपरा आहे ती प्रामुख्याने बाबासाहेबांनी सुरू केली. शिक्षणासाठी अमेरिकेचे महत्त्व ओळखणारे हे पहिले भारतीय व्यक्ती होते. एकोणिसाव्या शतकाच्या शेवटी आणि विसाव्या शतकाच्या सुरुवातीला भारतातून शिक्षणासाठी परदेशात जाणाऱ्या व्यक्ती प्रामुख्याने इंग्लंडमध्ये जात असत. महात्मा गांधी, पंडित नेहरू हे इंग्लंडमध्ये गेले; पण बाबासाहेब आंबेडकर हे एकमेव अपवाद होते जे उच्च शिक्षणासाठी अमेरिकेला गेले. याबरोबरच बाबासाहेबांनी आपल्या जीवनात शिक्षण क्षेत्रात विविध

भूमिका पार पाडल्या. विद्यार्थी, संशोधक, शिक्षक, प्राचार्य, संस्थाचालक अशा सर्व भूमिका त्यांनी अतिशय समर्थपणे पार पाडलेल्या दिसतात. शिक्षण क्षेत्रातील त्यांचे महत्त्व आणि योगदान म्हणूनच खूप महत्त्वाचे ठरते.

आजचे युग हे सबलीकरणाचे आहे. व्यक्ती हा संपूर्ण व्यवस्थेचा केंद्रबिंदू बनला आहे. शिक्षणाच्या माध्यमातून व्यक्तीचे सबलीकरण साधण्यासाठी प्रयत्न होत आहेत. मानवाधिकार, व्यक्तीची सुरक्षा याला महत्त्व प्राप्त झाले आहे. आज राष्ट्राच्या सुरक्षिततेपेक्षा व्यक्तीची सुरक्षितता, व्यक्तीचे अधिकार जास्त महत्त्वपूर्ण बनलेले आहेत; परंतु शिक्षणाच्या माध्यमातून व्यक्तीच्या सबलीकरणाची ही संकल्पनाच मुळात बाबासाहेबांनी प्रथम मांडली होती, हे लक्षात घ्यावे लागेल. ते शिक्षणाकडे सबलीकरणाचे साधन म्हणून पाहत असत. बाबासाहेबांचे दोन उद्देश होते- एक तर सबलीकरण आणि दुसरे म्हणजे मुक्ती. व्यक्तीला जर शिक्षण मिळाले तर त्याचे सबलीकरण होईल आणि सबलीकरण झाले म्हणजेच व्यक्तीची मुक्ती होईल, असे त्यांचे म्हणणे होते. ही मुक्ती मानसिक गुलामगिरीतून, अन्यायातून होणे त्यांना अपेक्षित होते.

जमिनींचे राष्ट्रीयीकरण व शिक्षण

भारतातील सामाजिक प्रश्न हे ऐतिहासिक काळापासून प्रामुख्याने जमिनीच्या अधिकारांशी संबंधित आहेत. येथे जमिनीचा अधिकार पारंपरिकरीत्या उच्चवर्णीयांकडे राहिल्याने मागासवर्गीयांना जमिनीच्या हक्कांपासून वंचित ठेवण्यात आले होते. त्यामुळे या वर्गाचा विकास घडवून आणायचा असेल तर तुमच्याकडे दोन मार्ग आहेत, असे बाबासाहेब म्हणायचे. त्यातील एक म्हणजे संपूर्ण भारतातील जमिनींचे राष्ट्रीयीकरण करा आणि त्याचे पुन्हा विभाजन करा. व दुसरा मार्ग म्हणजे शिक्षणाचा होय. हे त्यांनी जाणले होते. म्हणूनच त्यांनी शिक्षणाचा आधार घेतला व त्यावर भर देण्यास सुरुवात केली.

आजच्या संपूर्ण शिक्षणामध्ये मुख्य मुद्दा कौशल्य विकासाचा आहे. यासाठी २००९मध्ये केंद्र सरकारने नॅशनल स्कील डेव्हलपमेंट कौन्सिलची स्थापना केली. आजही शिक्षणासंदर्भात जे जे प्रस्ताव येतात, त्यामध्ये कौशल्य विकासावर अधिक भर दिलेला दिसतो. याचे कारण म्हणजे शैक्षणिक संस्थांमधून देण्यात येणारे शिक्षण आणि बाजारपेठांची मागणी यामध्ये फार मोठे अंतर आहे. यामुळे आज शिक्षण घेऊन विद्यार्थी बाजारपेठेत जातात तेव्हा त्यांना या ज्ञानाची उपयुक्तता होत नाही. शिक्षण कुचकामी ठरते. परिणामी बेरोजगारांची संख्या वाढते. म्हणून सध्या कौशल्य विकासावर भर दिला जात आहे; परंतु शिक्षणाच्या माध्यमातून कौशल्य विकसित केले गेले पाहिजे, ही मागणीदेखील पहिल्यांदा डॉ. बाबासाहेब आंबेडकरांनी केली होती. आपण २००९मध्ये

डॉ. बाबासाहेब आंबेडकर यांची विद्वत्ता

- डॉ. बाबासाहेब आंबेडकर हे सर्वोच्च शिक्षित भारतीय अर्थशास्त्रज्ञ होते. इतिहासातील अग्रगण्य बहुआयामी विद्वान तत्त्वज्ञ, अर्थशास्त्रज्ञ, न्यायशास्त्रज्ञ, राजकारणी, समाजसुधारक, पत्रकार, लेखक, वकील, मानववंशशास्त्रज्ञ, धर्मशास्त्रज्ञ, समाजशास्त्रज्ञ, राज्यशास्त्रज्ञ, पर्यावरणतज्ज्ञ, शिक्षणतज्ज्ञ, घटनातज्ज्ञ, बहुभाषिक, भाषाशास्त्रज्ञ, वक्ते, इतिहासकार होते. ते प्रजासत्ताक भारताच्या निर्मात्यांपैकी एक होते.

- डॉ. बाबासाहेब आंबेडकरांना मराठी, हिंदी, इंग्रजी, पाली, संस्कृत, फ्रेंच, जर्मन, बंगाली, कन्नड, उर्दू, फारसी आणि गुजराती अशा १२ भाषा अवगत होत्या.

- डॉ. बाबासाहेब आंबेडकर हे व्यापकपणे आतापर्यंतचे 'सर्वांत बुद्धिमान भारतीय' म्हणून ओळखले जातात.

- डॉ. बाबासाहेब आंबेडकरांची बुद्धी अतिशय तीक्ष्ण होती. त्यांनी 'लंडन स्कूल ऑफ इकॉनॉमिक्स'मध्ये ८ वर्षांचा अभ्यास केवळ २-३ महिन्यांत पूर्ण केला, त्यासाठी त्यांनी दिवसातील २४ तासांपैकी २१ तास अभ्यास केला. याचा उल्लेख त्यांनी स्वतः त्यांच्या 'आत्मचरित्र'मध्ये केला आहे.

- परदेशातून अर्थशास्त्रात डॉक्टरेट (पीएचडी) पदवी मिळवणारे डॉ. बाबासाहेब आंबेडकर हे पहिले भारतीय होते. त्यांनी अर्थशास्त्रात दोन डॉक्टरेट मिळवल्या आणि असे करणारे ते दक्षिण आशियातील पहिले व्यक्ती ठरले. त्यांनी १९१६मध्ये कोलंबिया विद्यापीठातून (यूएसए) अर्थशास्त्रात पीएचडी पदवी प्राप्त केली, त्यानंतर १९२३मध्ये 'लंडन स्कूल ऑफ इकॉनॉमिक्स'मधून डॉक्टर ऑफ सायन्स (डीएससी) पदवी प्राप्त केली.

- डॉ. बाबासाहेब आंबेडकर हे २०व्या शतकातील जगातील सर्वांत शिक्षित राजकारणी होते. केवळ राजकारणी म्हणूनच नव्हे तर एक व्यक्ती म्हणूनही ते त्यांच्या काळातील जगातील सर्वांत शिक्षित व सर्वांत बुद्धिमान व्यक्ती होते.

'राईट टू एज्युकेशन' हा कायदा केला, अशा प्रकारच्या सक्तीच्या शिक्षणाची मागणी बाबासाहेबांनी स्वतंत्र मजूर पक्ष या त्यांच्या पक्षाच्या जाहीरनाम्यामध्ये पहिल्यांदा केली होती. अशी मागणी करणारा हा भारतातील पहिला राजकीय पक्ष होता. त्यामुळे २००९मध्ये आलेल्या शिक्षण हक्क कायद्याचे मुख्य श्रेय डॉ. आंबेडकरांना जाते.

२००८पासून आपण शिक्षणाच्या संख्यात्मक आणि गुणात्मक विकासावर भर देत आहोत; पण बाबासाहेबांनी १९२० च्या दशकामध्ये प्रत्येक प्रांतामध्ये उच्च शिक्षण देणारी विद्यापीठे असली पाहिजेत, अशी मागणी केली होती. उच्च शिक्षणाचा प्रसार वाढेल तेव्हा लोकांना उच्च शिक्षणाची संधी मिळेल, अशी त्यांची भूमिका होती. त्यासाठीच संख्यात्मक विकासाची मागणी देखील बाबासाहेबांकडून पहिल्यांदा झाली होती. बाबासाहेबांना भारतामध्ये तर्कसंगत, विवेकशील समाज निर्माण करायचा होता. प्रत्येक गोष्टीकडे आपण वैज्ञानिक दृष्टिकोनातून पाहिले पाहिजे, असे त्यांना वाटत होते. कारण भारताच्या पारंपरिक शिक्षणामध्ये याचा अभाव होता. त्यामुळे अंधश्रद्धेला चालना मिळत होती. भारतीय राज्यघटनेमध्ये देखील वैज्ञानिक दृष्टिकोन वाढवणे हे कर्तव्य मानले गेले आहे; परंतु इतक्या वर्षांनंतरही आज हा वैज्ञानिक दृष्टिकोन समाजामध्ये निर्माण करण्यात आपल्याला अपयश आले. त्यामुळेच डॉ. दाभोलकरांसारख्या व्यक्तीला आपल्याला गमवावे लागले.

शिक्षणासंदर्भातल्या छोट्या गोष्टींचा विचार

बाबासाहेबांनी शिक्षणासंदर्भातल्या अत्यंत छोट्या-छोट्या गोष्टींचा विचार केला होता. प्राध्यापकांची कर्तव्ये काय असली पाहिजेत? शिक्षणसंस्थांमध्ये वसतिगृहांचे स्थान काय असले पाहिजे? विद्यार्थ्यांना शिष्यवृत्ती किती दिली गेली पाहिजे? या संदर्भातला अतिशय सविस्तर तपशील त्यांनी आपल्या अनेक लेखांमधून मांडला आहे. हे संदर्भ कालातीत आहेत. आजच्या बदलत्या काळातही ते अतिशय महत्त्वाचे आणि मार्गदर्शक ठरणारे आहेत. शिक्षणाच्या लोकशाहीकरणाचे बाबासाहेबांचे स्वप्न होते, हे स्वप्न आजही पूर्ण झालेले नाही. त्या दिशेने वाटचाल सुरू आहे; पण जोपर्यंत भारतात शिक्षणाचे लोकशाहीकरण होत नाही, तोपर्यंत या देशात ज्ञानाधिष्ठित समाज निर्माण होणार नाही आणि तोपर्यंत देश महासत्ता बनणार नाही. इतिहासकार रामचंद्र गुहा यांनी बाबासाहेबांच्या संदर्भात असे म्हटले आहे, की 'तुम्ही आज ज्या राजकीय, सामाजिक आणि शैक्षणिक क्षेत्रातील सुधारणा करणार आहेत, त्यांचा संदर्भ बिंदू म्हणून बाबासाहेबांकडे पाहावे लागेल.'

विभाग ६

'मनाच्या शांतीची मौलिकता संपत्ती व स्वास्थापेक्षा अधिक असते.'

— डॉ. बाबासाहेब आंबेडकर

'शिक्षण हा प्रत्येक व्यक्तीचा जन्मसिद्ध हक्क आहे आणि हा अधिकार कुणालाही नाकारता येणार नाही.'

- B. R. Ambedkar

१४

जागतिक कीर्तीचे अर्थशास्त्रज्ञ

डॉ. आंबेडकरांचे अर्थशास्त्रीय लेखन हे देशातील सर्व समाजातील लोकांना समोर ठेवून करण्यात आले आहे. कोणत्याही एका वर्गापुरते ते मर्यादित नाही. डॉ. आंबेडकरांच्या आर्थिक विचारांची अंमलबजावणी त्या काळात झाली असती तर आज भारतीय अर्थव्यवस्था एक विकसित आणि संतुलित अर्थव्यवस्था म्हणून उदयास आली असती. भारतीय अर्थव्यवस्थेच्या विकासाची फळे समाजातील सर्व स्तरांतील लोकांना मिळाली असती.

- प्रा. डॉ. गौतम कांबळे

डॉ. बाबासाहेब आंबेडकरांच्या समृद्ध आणि विविधांगी व्यक्तिमत्त्वाचा एक महत्त्वाचा पैलू म्हणजे ते जागतिक कीर्तीचे व्यासंगी अर्थशास्त्रज्ञ होते. कायदा, समाजशास्त्र, राज्यशास्त्र, मानववंशशास्त्र अशा अनेक शास्त्रांमध्ये त्यांनी बहुमोल योगदान दिले असले तरी ते मूलतः अर्थतज्ज्ञ होते. अमेरिकेच्या कोलंबिया विद्यापीठाने १९१५ला एम.ए. आणि १९१७ला पीएच.डी. या पदव्या त्यांना अर्थशास्त्र या विषयामधून प्रदान केल्या आहेत. त्यानंतर १९२१ला डॉ. आंबेडकरांनी 'डॉक्टर ऑफ सायन्स' ही सर्वोच्च पदवी मिळविली ती देखील अर्थशास्त्र हा विषय घेऊनच. अर्थशास्त्राचे उच्च शिक्षण घेत असताना त्यांनी अर्थशास्त्रावर मौलिक ग्रंथ लिहिले आहेत.

अर्थशास्त्रावर तीन महत्त्वपूर्ण ग्रंथ

१. ॲडमिनिस्ट्रेशन अँड फायनान्स ऑफ दि ईस्ट इंडिया कंपनी

   (*Administration and Finance of the East India Company*)

२. इव्होल्यूशन ऑफ प्रोव्हिन्शिअल फायनान्स इन ब्रिटिश इंडिया

   (*The Evolution of Provincial Finance in British India*)

३. दि प्रोब्लेम ऑफ रूपी इट्स ओरिजिन अँड सोल्यूशन

   (*The Problem of the Rupee : Its Origin and Its Solution*)

हे तीन ग्रंथ अनुक्रमे एम.ए., पीएच.डी. आणि डॉक्टर ऑफ सायन्स या तीन पदव्यांसाठी लिहिलेले ग्रंथ आहेत.

डॉ. बाबासाहेब आंबेडकर यांचे अर्थशास्त्रावरील ग्रंथ

ब्रिटिश सरकारवर टीका

'अॅडमिनिस्ट्रेशन अँड फायनान्स ऑफ दी ईस्ट इंडिया कंपनी' या शोधनिबंधामध्ये ईस्ट इंडिया कंपनीचे प्रशासन आणि वित्तव्यवस्था यांच्यामध्ये १७९२ ते १८५८ या कालखंडामध्ये जे फेरबरल होत गेले आणि त्यातून भारतीय जनतेवर कसा अन्याय झाला त्याचे विदारक आर्थिक विश्लेषण डॉ. आंबेडकरांनी केले आहे.

यामध्ये ब्रिटिश सरकारच्या भारतातील कामगिरीचे मूल्यमापन करताना डॉ. आंबेडकर म्हणतात, 'भारताने इंग्लंडसाठी केलेले प्रचंड आर्थिक साहाय्य हे जेवढे थक्क करणारे आहे, तेवढेच इंग्लंडने भारतासाठी केलेले नगण्य आर्थिक योगदान हे विस्मयकारक आहे.' डॉ. आंबेडकरांच्या मते ब्रिटिश सरकारने भारतासाठी केलेले योगदान हे प्रामुख्याने बिगर आर्थिक स्वरूपाचे आहे. म्हणजेच शांतता प्रस्थापित करणे, कायद्याचे राज्य प्रस्थापित करणे, पाश्चात्त्य शिक्षणाचा प्रसार करणे आणि आधुनिक संस्थांची उभारणी करणे याबाबी यामध्ये समाविष्ट होतात. या ग्रंथांचा समारोप करताना बाबासाहेब म्हणतात, शांतता प्रस्थापित करणे याबाबी आर्थिक गुलामगिरीपेक्षा जास्त सुखावह आहे किंवा काय हे ज्यांचे त्यांनी ठरवावे, अशी टीका ब्रिटिश सरकारवर त्या काळात त्यांनी केली होती.

'दि इव्होल्यूशन ऑफ प्रोव्हिन्शिअल फायनान्स इन ब्रिटिश इंडिया' हा प्रबंध त्यांच्या सरकारी वित्तविषयक कामगिरीचे चांगले उदाहरण आहे. यामध्ये ब्रिटिश केंद्र सरकार आणि त्यावेळची घटकराज्ये यांच्यातील आर्थिक संबंध १८३३ ते १९२१ या प्रदीर्घ कालखंडामध्ये कसे विकसित झाले याची ऐतिहासिक मीमांसा डॉ. आंबेडकरांनी केली आहे.

बदललेल्या आर्थिक परिस्थितीच्या संदर्भामध्येसुद्धा या ग्रंथाचे महत्त्व कमी झालेले दिसत नाही. स्वतंत्र भारताच्या राज्यघटनेनुसार दर पाच वर्षांनी केंद्र सरकार आणि राज्य सरकारे यांचे वित्तीय संबंध ठरविण्यासाठी वित्त आयोग नेमला जातो. सरकारकडे जमा होणाऱ्या महसुली उत्पन्नाचे केंद्र सरकार आणि घटकराज्ये यांच्यामध्ये कसे वाटप व्हावे, याच्या शिफारशी करण्याचे काम या आयोगाकडून केले जाते. गेल्याच वर्षी तेराव्या वित्त आयोगाने आपला अहवाल लोकसभेला सादर केला. स्वातंत्र्योत्तर काळामध्ये तेरा वित्त आयोगांनी केंद्र, राज्य आर्थिक संबंधाची जी पुनर्रचना केली आहे त्याला डॉ. आंबेडकरांचे आर्थिक योगदान कारणीभूत आहे. याचा मूलाधार डॉ. आंबेडकरांचा ग्रंथ आहे, याची जाणीव मात्र फारच थोड्या लोकांना आहे, ही खेदाची गोष्ट म्हटली पाहिजे.

'दि प्रोब्लेम ऑफ रूपी इट्स ओरिजिन अँड सोल्यूशन' हा डॉ. आंबेडकरांचा तिसरा आणि बहुधा सर्वांत महत्त्वाचा अर्थशास्त्रीय ग्रंथ आहे. या ग्रंथामध्ये डॉ. आंबेडकरांनी भारतीय रुपयाच्या उत्क्रांतीची ऐतिहासिक मांडणी केली आहे व त्याचबरोबर भारतासाठी आदर्श चलन पद्धती कोणती? या त्या वेळच्या अत्यंत ज्वलंत विषयावर आपले विचार मांडले आहेत. भारतासाठी कोणती चलन पद्धत योग्य आहे, या संदर्भात त्या काळात मोठा वाद निर्माण झाला होता. प्रसिद्ध अर्थतज्ज्ञ प्रा. किन्स आणि डॉ. आंबेडकरांमध्ये हा वाद झाला होता.

चलनवाढ व भाववाढसारख्या समस्या

प्रा. किन्सच्या मते, भारतासाठी सुवर्ण विनिमय परिमाण ही योग्य चलन पद्धत असल्याचे सांगण्यात आले होते. ज्यामध्ये कागदी नोटांचा चलन म्हणून वापर करता येतो आणि कागदी रुपये घेऊन ठराविक दराने सोने देण्याची सरकारने हमी घेतलेली असते. भारतीय चलन पद्धत ही सुवर्ण विनिमय परिणाम पद्धतीनुसारच प्रचलित आहे. म्हणजेच किन्सच्या चलन पद्धतीचा स्वीकार झाल्याचे दिसून येते. डॉ. आंबेडकरांचा या चलन पद्धतीला विरोध होता. कारण डॉ. आंबेडकरांच्या मते किन्सच्या चलन पद्धतीनुसार पैशाच्या पुरवठ्यावर नियंत्रण ठेवणे शक्य होणार नाही. परिणामी अतिपैशाच्या पुरवठ्यामुळे देशात चलनवाढ व भाववाढीसारख्या समस्या भविष्यात निर्माण होऊ शकतात. भारतात अनेक कोटी लोक हे भाववाढीच्या समस्येने अडचणीत येतील व त्यांना त्यांचे जीवन जगणे कठीण होईल. डॉ. आंबेडकरांनी त्या काळात केलेला अंदाज अगदी तंतोतंत खरा ठरल्याचे दिसून येते.

सध्या भारतात भाववाढीच्या समस्येने संपूर्ण देशाला ग्रासले आहे. या भाववाढीच्या समस्येला काही प्रमाणात प्रा. किन्सची सुवर्ण विनिमय पद्धतसुद्धा कारणीभूत आहे. कारण भाववाढीच्या अनेक कारणांपैकी सुवर्ण विनिमय परिणाम पद्धतीमुळे होणारी चलनवाढ हे एक प्रमुख कारण आहे. हे देशातल्या वित्तविषयक धोरण ठरविणाऱ्या तज्ज्ञांनी लक्षात घेतले पाहिजे.

'सुवर्ण परिमाण' पद्धतीचा स्वीकार हवा

डॉ. आंबेडकरांच्या मते, सुवर्ण विनिमय परिमाणाऐवजी सुवर्ण परिमाण (गोल्ड स्टँडर्ड) ही चलनपद्धत भारतासारख्या विकसनशील देशाला योग्य आहे, असे सांगितले होते. या पद्धतीमुळे देशात अतिरिक्त चलनवाढीवर नियंत्रण, परिणामी भाववाढीवर नियंत्रण ठेवण्यास मदत होईल, असे डॉ. आंबेडकरांचे मत होते. त्या काळात डॉ. आंबेडकरांनी

दिल्लीतील आंबेडकर भवन येथे २० मे १९५१ रोजी बुद्ध जयंतीनिमित्त आयोजित सभेत डॉ. आंबेडकर यांनी जनसमुदायला संबोधित केले. फ्रान्सचे भारतातील तत्कालीन राजदूत स्टॅनिस्लास मेरी जोसेफ अँटोइन ऑस्ट्रॉर्ग या सभेचे अध्यक्ष होते. याप्रसंगी आंबेडकरांचे सहकारी, लेखक शंकरानंद शास्त्री उपस्थित होते.

सुचविलेली सुवर्ण परिमाण पद्धत स्वीकारली असती तर आज देशात एवढ्या प्रमाणात भाववाढीसारख्या समस्या निर्माण झाल्या नसत्या हे लक्षात घेतले पाहिजे.

डॉ. आंबेडकरांचे अर्थशास्त्रीय लेखन हे देशातील सर्व समाजातील लोकांना समोर ठेवून करण्यात आले आहे. कोणत्याही एका वर्गापुरते ते मर्यादित नाही. डॉ. आंबेडकरांच्या आर्थिक विचाराची अंमलबजावणी त्या काळात झाली असती तर आज भारतीय अर्थव्यवस्था एक विकसित आणि संतुलित अर्थव्यवस्था म्हणून उदयास आली असती. भारतीय अर्थव्यवस्थेच्या विकासाची फळे समाजातील सर्व स्तरांतील लोकांना मिळाली असती.

'ज्या सरकारला भविष्यकाळात भारतीय जनतेला सामाजिक, आर्थिक आणि राजकीय न्याय देण्याची इच्छा आहे, त्याने समाजवादी अर्थव्यवस्थेचा स्वीकार केल्याशिवाय ते जनतेला न्याय देऊ शकेल असे वाटत नाही.'

१५

डॉ. बाबासाहेबांचे आर्थिक लेखन

चलन निर्मितीच्या क्षमतेवर परिणामकारक नियंत्रण ठेवण्यासाठी डॉ. आंबेडकरांनी मांडलेले विचार एकविसाव्या शतकातदेखील महत्त्वाचे आहेत. इतकेच नव्हे, तर आंतरराष्ट्रीय स्तरावर डॉलरच्या तुलनेत रुपयाची किंमत ही दिवसेंदिवस कमी होत असल्याचे आढळून येते. यावरून हे स्पष्ट होते की, डॉ. आंबेडकरांनी भारतीय रुपया, चलननिर्मिती आणि भाववाढ या आर्थिक प्रश्नांबाबत मांडलेले विचार आजही अतिशय उपयुक्त आहेत.

- डॉ. प्रदीप आगलावे

डॉ. बाबासाहेब आंबेडकर हे अर्थशास्त्राचे गाढे अभ्यासक होत. ते अर्थशास्त्राचे विद्यार्थी होते. त्यांच्या एम.एस., एम.एस्सी, पीएच.डी. या सर्व पदव्या अर्थशास्त्र विषयाच्या आहेत. इतकेच नव्हे तर डी.एससी. ही उच्चतम पदवीदेखील या मौद्रिक अर्थशास्त्रावरील प्रबंधावर त्यांना प्रदान करण्यात आली होती. यावरून हे स्पष्ट होते की, त्यांनी अर्थशास्त्राचा सखोल अभ्यास केला होता. मुंबई येथील सिडनहॅम कॉलेजमध्ये १९१८ ते १९२० या दरम्यान ते अर्थशास्त्राचे प्राध्यापक होते. जागतिक स्तरावरील अर्थशास्त्राचे प्रोफेसर एडविन सेलिग्मन आणि प्रोफेसर एडविन कॅनन यांच्याशी त्यांनी अर्थशास्त्रीय विषयावर अनेकदा चर्चा केली. अर्थशास्त्राच्या या दोन प्रोफेसरांनी डॉ. आंबेडकरांच्या ग्रंथांना प्रस्तावना लिहिल्यात.

डॉ. आंबेडकर हे अर्थशास्त्राचे संशोधक आणि अभ्यासक असल्यामुळे त्यांच्या आर्थिक विचारांना अर्थशास्त्रीय पार्श्वभूमी आहे. आर्थिक विषयावर त्यांनी सविस्तर विवेचन केले. म्हणून त्यांचे आर्थिक विचार हे केवळ तात्कालिक स्वरूपाचे नाहीत. त्यांच्या आर्थिक विचारांना वैश्विक महत्त्व आहे.

चार स्वरूपात आर्थिक विचार

१. प्रबंध लेखनाच्या स्वरूपात मांडलेले आर्थिक विचार,

२. लेख आणि भाषणाच्या स्वरूपात मांडलेले आर्थिक विचार,

३. कमिशनला दिलेल्या साक्षी व जाहीरनाम्याच्या स्वरूपात मांडलेले आर्थिक विचार

४. विधेयकाच्या स्वरूपात मांडलेले आर्थिक विचार

डॉ. आंबेडकरांचे अर्थशास्त्रीय लेखन हे प्रामुख्याने प्रबंधांच्या स्वरूपात आहे. कोलंबिया विद्यापीठात अर्थशास्त्रातील एम.ए.च्या पदवीसाठी सुरुवातीला त्यांनी या विषयावर लघुशोधप्रबंध लिहिला होता; परंतु नंतर त्यांनी या विषयाऐवजी हा प्रबंध एम.ए.च्या पदवीसाठी १९१५मध्ये सादर केला होता. 'प्राचीन भारतीय व्यापार' या ७२ पानांच्या शोधप्रबंधातील पहिल्या आणि दुसऱ्या प्रकरणात 'मध्य-पूर्वेशी व्यापार संबंध' याबाबत विवेचन केले आहे; तर तिसऱ्या प्रकरणात ब्रिटिश काळातील भारताच्या आर्थिक परिस्थितीचे विश्लेषण आहे. १९२१मध्ये डॉ. आंबेडकरांनी पदवीकरिता या विषयावर लघुशोधप्रबंध सादर केला होता.

ईस्ट इंडिया कंपनी आणि अर्थनीती

ईस्ट इंडिया कंपनीचे प्रशासन आणि अर्थनीती या ४२ पानांच्या लघुशोधप्रबंधामध्ये त्यांनी १७९२ ते १८५८ या काळात ईस्ट इंडिया कंपनीच्या प्रशासन आणि वित्तनीतीसंबंधीच्या

धोरणातील बदलांचा ऐतिहासिक आढावा घेतला. कंपनीच्या धोरणातील बदलांचा भारतीय जनतेवर कसा अन्याय झाला, याचे विदारक आर्थिक विश्लेषण त्यांनी प्रस्तुत लघुशोधप्रबंधात केले.

ईस्ट इंडिया कंपनीकडे भारताचा एकाधिकार होता; परंतु ही गोष्ट ब्रिटिश राज्यकर्त्यांना आवडत नव्हती, म्हणून या एकाधिकाराचा मोबदला म्हणून या ना त्या कारणांसाठी ब्रिटिश सरकार स्वतःचा फायदा करून घेण्याची संधी सोडत नव्हते; परंतु त्याची झळ मात्र भारतीय जनतेला सोसावी लागली. ब्रिटिश सरकारने १८१५मध्ये कायदा करून कंपनी सरकारला प्रशासन आणि वित्त या दोन गोष्टींत फारकत करण्यास भाग पाडले. १८३४मध्ये ईस्ट इंडिया कंपनीचा व्यापाराचा एकाधिकार नष्ट करून ब्रिटिश जनतेसाठी भारताशी व्यापार करण्याचा मार्ग मोकळा करण्यात आला. १८५८मध्ये ईस्ट इंडिया कंपनी बरखास्त करून ब्रिटिश सरकारची सत्ता भारतात प्रस्थापित करण्यात आली.

१७९२ ते १८५७ या काळात कंपनी सरकार आणि पर्यायाने ब्रिटिश सरकारने भारतीय जनतेची पिळवणूक केली. भारतीय जनतेवर विविध प्रकारचे कर लावण्यात आले होते. जमिनीवरील कर विशेष जाचक होता. शेतकरी वर्ग या करामुळे कसा भरडला गेला याचे विवेचन डॉ. आंबेडकरांनी केले. कंपनी सरकारने मोठ्या प्रमाणात कर्जे घेतली होती. महसूल आणि सरकारी कर्ज या स्वरूपात उभारलेल्या पैशाचा विनियोग फारच कमी प्रमाणात जनतेच्या हितासाठी केला जायचा. १८५८मध्ये ईस्ट इंडिया कंपनी बरखास्त केल्यानंतर कंपनी सरकारवर असलेल्या ६९३ लाख पौंड खर्चाचा बोजा भारतीय जनतेवर टाकून ब्रिटिश सरकारने भारतीय जनतेवर कसा अन्याय केला, याचे अतिशय प्रभावी विश्लेषण डॉ. आंबेडकरांनी केले.

भारताने इंग्लंडसाठी प्रचंड आर्थिक योगदान दिले; परंतु इंग्लंडचे भारतासाठी मात्र नगण्य आर्थिक योगदान राहिले, अशी टीका डॉ. आंबेडकरांनी केली. ब्रिटिश सरकारचे जे योगदान आहे ते प्रामुख्याने गैरआर्थिक स्वरूपाचे असून, हे योगदान भारतासाठी मोलाचे असल्याचे डॉ. आंबेडकर मान्य करतात.

ब्रिटिश भारतातील प्रांतिक वित्ताची उत्क्रांती

डॉ. आंबेडकरांनी पीएच.डी.च्या पदवीकरिता, 'भारताचा राष्ट्रीय नफा : एक ऐतिहासिक आणि विश्लेषणात्मक अभ्यास' हा प्रबंध कोलंबिया विद्यापीठात सादर केला होता. त्यानंतर हाच प्रबंध १९२५मध्ये याच नावाने प्रकाशित करण्यात आला. प्रस्तुत ग्रंथास प्राध्यापक एडविन सेलिग्मन यांची प्रस्तावना आहे. 'ब्रिटिश भारतातील प्रांतिक वित्ताची उत्क्रांती' या ग्रंथात डॉ. आंबेडकरांनी ब्रिटिश केंद्र सरकार आणि त्यावेळची घटक राज्ये

यांच्यातील आर्थिक संबंध १८३३ ते १९२९ या प्रदीर्घ कालखंडात कसकसे विकसित झाले, त्याची ऐतिहासिक मीमांसा केली आहे. १८३३ ते १८७१ या काळात भारतीय सरकारच्या वित्त व्यवस्थेचे संपूर्ण केंद्रीकरण झाले होते. खर्चाचा अर्थसंकल्प करणयाचा अधिकार राज्यांकडे होता; परंतु त्याला लागणारा पैसा उभारण्याची जबाबदारी केंद्र सरकारकडे होती. घटक राज्य सरकारच्या मागण्या वाढल्या म्हणून केंद्र सरकारचा खर्च मोठ्या प्रमाणात वाढला. त्यामुळे सरकारची अर्थसंकल्पीय तूट प्रचंड प्रमाणात वाढली; म्हणून १८९१मध्ये केंद्र सरकार आणि घटक राज्ये यांसाठी स्वतंत्र अर्थसंकल्प करण्याची पद्धती भारतात प्रथमतःच सुरू झाली.

केंद्र आणि घटक राज्यांचा स्वतंत्र अर्थसंकल्प करण्याची पद्धत सुरू झाल्यावर सुरुवातीला उचलून दिलेल्या रकमेपुरते अंदाजपत्रक असे घटक राज्याच्या अर्थव्यवस्थेचे स्वरूप होते. १८७१-७२ ते १८७६-७७ या सहा वर्षांच्या कालखंडात प्रचलित असलेल्या काही विशिष्ट सरकारी खात्यांच्या आर्थिक प्रशासनाची जबाबदारी घटक राज्यांवर सोपविण्यात आली. या पद्धतीत केंद्र सरकारने स्वतःच्या खर्चात बचत केली; परंतु घटक राज्यांच्या अर्थसंकल्पावरचे दडपण वाढले. त्यांना उत्पन्न व खर्च यांच्यात मेळ साधण्यासाठी नवीन कर आकारणी करावी लागली. अर्थसंकल्पीय तूट भरून काढण्यासाठी आधीच करांच्या बोजाखाली दबून गेलेल्या रयतेवर कराचा आणखी भार टाकण्यात आला.

नेमून दिलेल्या महसुलावर आधारित अंदाजपत्रक पद्धत राबविण्यात आली होती. त्याप्रमाणे समायोजित नियोजनाची तरतूद करण्यात आली. घटक राज्यावर सोपविलेल्या प्रत्येक महसुली साधनाच्या बाबतीत अनेक वर्षांच्या सरासरीच्या आधारावर नियोजकाची रक्कम ठरवली जायची. त्यानंतर महसुलाच्या हिस्सा वाटपावर आधारित अंदाजपत्रकाची पद्धत राबविण्यात आली. ही पद्धत सर्वांत यशस्वी ठरली. त्यामुळे १८८२-८३ ते १९२०-२१ अशी जवळपास ३८ वर्षे ही पद्धत सुरू राहिली. नव्या पद्धतीमुळे महसुली साधनांची केंद्र सरकार आणि घटक राज्ये यांच्यात विभागणी करण्यात आली. केंद्र सरकार आणि घटक राज्ये यांनी गोळा केलेल्या महसुलाचा सुनिश्चित हिस्सा एकमेकांना द्यायचा अशी तरतूद करण्यात आली. या नव्या पद्धतीमुळे वित्तीय व्यवस्थेत लवचिकता आली. १९१९ च्या रिफॉर्म ॲक्टनुसार जबाबदार सरकार निर्माण करण्याच्या दृष्टीने स्वयंशासित संस्थांची पद्धतशीर जोपासना निर्माण करण्याचे तत्त्व मान्य करण्यात आले. विधिमंडळांना सरकारवर अंकुश ठेवण्याचा अधिकार प्रथमच मिळाला, त्यातून युगांतर घडले. डॉ. आंबेडकरांच्या मते, 'पूर्वीच्या रचना सदोष किंवा कुचकामी ठरल्या गेल्या म्हणून नव्हे, तर या युगांतराचा प्रभाव एवढा

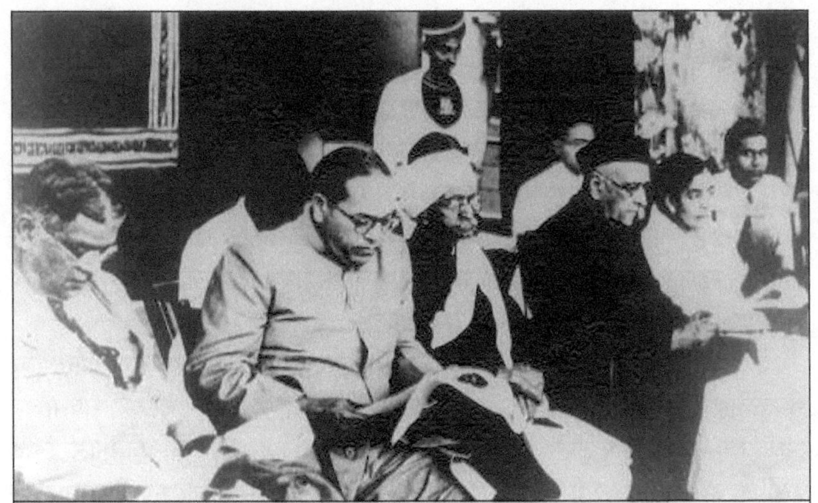

मुंबईत सिद्धार्थ महाविद्यालयाचे तिसरे वार्षिक संमेलन १२ जानेवारी १९५०ला झाले. याप्रसंगी डॉ. बाबासाहेब आंबेडकर, प्रा. व्ही. जी. राव, राव बहादूर सी. के. बोले, बॉम्बे प्रांताचे गव्हर्नर महाराजा सिंह, डॉ. सविता आंबेडकर, महाविद्यालयाचे प्राचार्य व्ही. एस. पाटणकर उपस्थित होते.

दांडगा होता, की पूर्वीच्या वित्तीय व्यवस्थेला नवे स्वरूप देणे ही काळाची गरज ठरली.' स्वातंत्र्योत्तर काळात अनेक वित्त आयोगांनी केंद्र-राज्य आर्थिक संबंधांची जी पुनर्रचना केली, त्याला डॉ. आंबेडकरांचे मूलग्राही विवेचन पायाभूत ठरले आहे.

रुपयाचा प्रश्न उद्गम आणि विकास

'रुपयाचा प्रश्न : उद्गम आणि विकास' हा डॉ. आंबेडकरांचा मौद्रिक अर्थशास्त्रावरील महत्त्वाचा प्रबंध होय. हा प्रबंध १९२३मध्ये प्रकाशित करण्यात आला. याच प्रबंधावर त्यांना डी.एससी. ही सर्वोच्च पदवी प्रदान करण्यात आली होती. हाच ग्रंथ १९४७मध्ये प्रकाशित करण्यात आला. प्रस्तुत ग्रंथात भारतीय रुपयाच्या उत्क्रांतीची ऐतिहासिक मीमांसा करण्यात आली. १८०० ते १८९३ या काळात भारतीय रुपयाची चलनाचे परिणाम म्हणून कशी जडणघडण होत गेली. त्याबद्दल डॉ. आंबेडकरांनी सविस्तर विवेचन केले. भारतासाठी आदर्श चलन पद्धत कोणती? या अत्यंत महत्त्वाच्या विषयावर त्यांनी मूलगामी विचार मांडलेत. १८३५ पूर्वी भारतात रुपयाचे सुवर्ण मानक आणि रौप्य मानक अशी द्विमान चलनपद्धती प्रचलित होती. १८३५च्या कायद्यानुसार सुवर्ण मानक रद्द करून देशभर एकधातुमानावर आधारित चलन पद्धती सुरू झाली. त्यानुसार रुपयाच्या

परिणामाच्या स्वरूपात चलन पद्धतीचे एकसूत्रीकरण करण्यात आले. १८० ग्रॅम टाय वजनाचे १६५ ग्रॅम चांदी असलेला रुपया हे एकमेव चलनच संपूर्ण देशभर प्रस्थापित करण्यात आले. त्यामुळे भारतात रौप्य मानकाची सुरुवात झाली; परंतु ही पद्धत देशाच्या गरजा भागविण्यासाठी अपर्याप्त असल्याची लवकरच जाणीव होऊ लागली.

रौप्य मानकाच्या मर्यादा

१. देवाणघेवाणीसाठी चलनाचा वापर मोठ्या प्रमाणावर वाढला

२. आंतरराष्ट्रीय व्यापार वाढून चलनाचा वापर वाढला

डॉ. आंबेडकर स्पष्ट करतात की, रौप्य मानकाच्या मर्यादा स्पष्ट झाल्यानंतरदेखील सुवर्ण मानकाचा स्वीकार न करता, रौप्यमानकाच्या जोडीने सरकारी कागदी चलनाचा चंचुप्रवेश करण्यात आला. ही बाब चलनाच्या संदर्भात अतिशय दुर्दैवी घटना होती. १८७३पर्यंत भारतीय रुपया आणि ब्रिटिश पौंड यांच्यातील विनिमयाचा दर १ रुपया १ शिलिंग आणि साडे दहा पेन्स या पातळीवर होता. याचा अर्थ सोने आणि रुपये यांच्यातील विनिमय दर १ औंस सोन्यास *साडे पंधरा औंस* चांदी असा होता; परंतु १८७३ नंतर मात्र सोने आणि चांदी यांच्यातील विनिमयाचा दर स्थिर ठेवणे कठीण झाले. विनिमयाचा हा दर स्थिर न राहण्याची दोन कारणे डॉ. आंबेडकरांनी नमूद केलीत. पहिले म्हणजे युरोपमध्ये त्या वेळी झालेले चांदीचे निमुद्रीकरण होय. दुसरे सोन्याच्या तुलनेत चांदीच्या उत्पादनात झालेली प्रचंड वाढ आणि त्यातून कमी झालेली चांदीची म्हणजेच चांदीच्या चलनाची किंमत होय.

सोने आणि चांदीच्या तुलनात्मक उत्पादनाच्या आकडेवारीचा तपशीलवार आढावा घेऊन डॉ. आंबेडकरांनी असा निष्कर्ष काढला की, रुपयाच्या अवमूल्यनास चांदीचा अतिरिक्त पुरवठा जबाबदार नाही, तर जगातील प्रमुख देशांनी रौप्य मानकाचा त्याग केल्यामुळेच रुपया-पौंड विनिमय दरात विसंवाद निर्माण झाला. सोने-चांदीचा विनिमय दर स्थिर ठेवणे कठीण झाल्यामुळे भारताचे प्रचंड आर्थिक नुकसान झाले.

याबाबतचे सविस्तर विवेचन डॉ. आंबेडकर करतात, भारत हा स्वतः रौप्य मानक स्वीकारलेला; परंतु सुवर्ण मानक स्वीकारलेल्या देशांशी घनिष्ठपणे जखडलेला देश असल्यामुळे त्याचे आर्थिक व वित्तीय सोने आणि चांदीच्या तुलनात्मक किमतीवर अंमल गाजविणाऱ्या आणि पर्यायाने रुपया-पौंड विनिमय दराचे नियंत्रण करणाऱ्या आंधळ्याशक्तीच्या अधीन होते. या सर्व घटनांची तार्किक परिणती म्हणून पुन्हा सुवर्ण मानकाची मागणी पुढे आली. भारतासाठी भविष्यकाळाच्या दृष्टिकोनातून आदर्श चलन पद्धती कोणती?

अर्थतज्ज्ञांपुढे दोन प्रमुख पर्याय

या संदर्भात अर्थतज्ज्ञांपुढे दोन प्रमुख पर्याय होते.

१. सुवर्ण मानक : ज्यात सोन्याच्या नाण्यांचा वापर चलन म्हणून अभिप्रेत असतो.

२. सुवर्ण विनिमय मानक : ज्यात कागदी नोटांचा चलन म्हणून वापर होतो.

कागदी रुपये घेऊन ठराविक दराने सोने देण्याची सरकारकडून हमी घेतली जाते. सुप्रसिद्ध अर्थशास्त्रज्ञ प्रोफेसर केन्स आणि इतर अर्थशास्त्रज्ञांनी सुवर्ण विनिमय मानकाचा पुरस्कार केला होता. त्यांच्या मते, हे परिमाण लवचिक आहे; परंतु डॉ. आंबेडकरांनी त्याला कडाडून विरोध केला. त्यांच्या मते सुवर्ण मानक हेच भारतासाठी योग्य होते. आपल्या युक्तिवादाच्या समर्थनासाठी त्यांनी ऐतिहासिक पुरावे देऊन सुवर्ण मानक प्रचलित असताना रुपयाचे मूल्य घसरले. परिणामतः भाववाढ झाली, हे त्यांनी स्पष्ट केले.

भारतातील चलन आणि वित्ताच्या रॉयल कमिशनपुढे अर्थशास्त्रज्ञ डॉ. आंबेडकरांनी १५ डिसेंबर, १९२५ रोजी साक्ष देताना स्पष्टपणे नमूद केले होते, की चलन निर्मिती करणाऱ्या संस्थेच्या क्षमतेवर अंकुश असण्याची आवश्यकता आहे. अन्यथा अनिर्बंध चलनपुरवठा आणि त्यातून भाववाढ होऊन आर्थिक स्थैर्य धोक्यात येऊ शकते. डॉ. आंबेडकरांनी चलन निर्मितीच्या क्षमतेवर नियंत्रण ठेवण्यासाठी केंद्रीय बँकेची आवश्यकता प्रतिपादन केली. त्यानुसार १ एप्रिल १९३५ रोजी रिझर्व्ह बँकेची स्थापना करण्यात आली.

१६

अर्थतज्ज्ञ बाबासाहेब

भारतीय चलन, कर्ज पुरवठा, विकास धोरण, राज्यसमाजवाद आणि राष्ट्रीयीकरण, कुटुंबनियोजन, महिला विकास, मानवी भांडवल यांसह लोकसंख्याशास्त्रीय पैलूंवर बाबासाहेबांनी सविस्तरपणे लिहिले. भारतातील उपेक्षित मागासवर्गीयांची गरिबी ही 'आकस्मिक गरिबी' आहे, याचे कारण नैसर्गिक साधनसंपत्तीचे अवाजवी असमान वाटप असे त्यांचे म्हणणे होते. लोकसंख्या वाढीला आळा घालण्यासाठी राष्ट्रीय कुटुंबनियोजन आणि सर्वांसाठी शिक्षण याची त्यांनी प्रकर्षने मागणी केली होती.

— भीमराव सरवदे

डॉ. बाबासाहेब आंबेडकर हे मूलतः आर्थिक सिद्धांतकार. त्यांना समकालीन संशोधनाची जाणीव होती आणि त्यांनी अर्थशास्त्राच्या अनेक पैलूंवर लेखन केले. त्यांच्या या कार्यकर्तृत्वाची दखल जागतिक अर्थतज्ज्ञांनी घेतली. एकीकडे भारतातील सामाजिक-राजकीय व्यवस्था आणि अर्थव्यवस्था यांच्यातील संबंध आणि दुसरीकडे भारताचे हस्तांतरण करण्यात विकास प्रकल्पांची भूमिका तपासणारे बाबासाहेब हे एक चिंतनशील व्यक्तिमत्त्व होते. सार्वजनिक वित्त, करआकारणी आणि ब्रिटिश भारतातील आर्थिक मानकांचा सखोल अभ्यास करून ब्रिटिश भारतातील स्थानिक व्यवसायावर अंतर्गत आणि बाह्य दोन्ही करांचे प्रतिकूल परिणाम स्पष्ट केले होते.

भारतीय चलन, कर्ज पुरवठा, विकास धोरण, राज्यसमाजवाद आणि राष्ट्रीयीकरण, कुटुंबनियोजन, महिला विकास, मानवी भांडवल यासह लोकसंख्याशास्त्रीय पैलूंवर बाबासाहेबांनी सविस्तरपणे लिहिले. भारतातील उपेक्षित मागासवर्गीयांची गरिबी ही 'आकस्मिक गरिबी' आहे, याचे कारण नैसर्गिक साधनसंपत्तीचे अवाजवी असमान वाटप असे त्यांचे म्हणणे होते. लोकसंख्या वाढीला आळा घालण्यासाठी राष्ट्रीय कुटुंबनियोजन आणि सर्वांसाठी शिक्षण याची त्यांनी प्रकर्षाने मागणी केली होती. सध्याची आर्थिक व्यवस्था शोषण आणि विषमतेला प्रोत्साहन देते आणि टिकवते हे त्यांनी ठणकावून सांगितले होते. डॉ. बाबासाहेब आंबेडकरांनी सरकारच्या प्रशासकीय यंत्रणेचा सखोल अभ्यास केल्यानंतर टाळता येण्याजोगे कागदी काम त्यामुळे होणारी दिरंगाई आणि त्याचा अर्थव्यवस्थेवर होणारा प्रतिकूल परिणाम यावर त्यांनी टीका केली.

सामाजिक समस्यांवरील धोरणात्मक निष्कर्षांसाठी अर्थशास्त्राचे अभ्यासपूर्ण चिंतन आवश्यक आहे. आपल्या आर्थिक लेखनात आणि आपले म्हणणे सिद्ध करण्यासाठी त्यांनी सांख्यिकी, सरकारी अहवाल, इतिहास, साहित्य आणि कायदा, राजकीय व्यवस्था आणि समकालीन आर्थिक साहित्यातील आपले चिंतनात्मक अधिष्ठान यांचा विश्लेषणात्मक वापर केल्याचे आढळून येते. त्यांच्या बौद्धिक कसोटीचा परिपाक असलेले भारताचे संविधान भूतकाळातील दीर्घकाळ चालत आलेले सामाजिक अन्याय मान्य करते आणि त्याबाबत ठोस उपाययोजना करण्याची तरतूद करते. भारतीय समाजातील वंचित घटकांसाठी संधी उपलब्ध करून देते. संविधानाने दिलेली ही खात्री काळाच्या कसोटीवर उतरली आहे. हा पाया आहे ज्यावर आधुनिक भारत आज त्यात असंख्य विविधता असूनही इतर देशांच्या तुलनेत प्रगतीच्या शिखरावर पोचलेला आहे.

अर्थशास्त्रातील बाबासाहेबांच्या संशोधनातील निरीक्षणे

निरीक्षण एक, बाबासाहेब हे एक अष्टपैलू सामाजिक-राजकीय आणि व्यावसायिक

डॉ. बाबासाहेब आंबेडकरांचे समतेचे विचार

भारतीय संविधानाचे शिल्पकार आणि लोकशाहीचे प्रणेते डॉ. बाबासाहेब आंबेडकर यांनी 'स्वातंत्र्य' या संकल्पनेचा पुरस्कार केला. 'स्वातंत्र्य, समता आणि बंधुता' या तीन शब्दांमध्ये डॉ. बाबासाहेब यांचे सामाजिक तत्त्वज्ञान गुंफले जाते. त्यांना समतेचे सर्वांत मोठे पुरस्कर्ते मानले जाते. मात्र त्यांना केवळ राजकीय स्वातंत्र्य अभिप्रेत नव्हते, तर त्यांना सामाजिक स्वातंत्र्यसुद्धा अपेक्षित होते. त्यांचा स्वातंत्र्याबद्दलचा दृष्टिकोन व्यापक होता. त्यांनी समतेसाठी आजीवन कठोर संघर्ष केला.

डॉ. बाबासाहेब यांना सामाजिक समता हवी होती, त्यांना गणिती समता किंवा कृत्रिम समता मान्य नव्हती. प्रत्येक व्यक्तीची गरज आणि त्या व्यक्तीची क्षमता यामध्ये निसर्गनिर्मित भिन्नता आढळते. तसेच वंश, धर्म, जात, सामाजिक स्थान अशा कारणांवरून भेदभाव करण्याने समाजवादी व्यवस्थेशी प्रतारणा होईल, असे मत त्यांनी मांडले होते.

समतेच्या दृष्टिकोनातून डॉ. बाबासाहेब आंबेडकर यांचे विचार ब्रिटिश तत्त्वज्ञ हेरॉल्ड लास्की यांच्याशी मिळते-जुळते आहेत. डॉ. आंबेडकर यांचे असे मत होते की, 'समाजातील सर्वांना समान संधी आणि मागासलेल्या घटकांना संरक्षण मिळाले पाहिजे.'

डॉ. बाबासाहेब आंबेडकर यांच्या मते, लोकशाही यशस्वी करण्यासाठी वैधानिक आणि प्रशासकीय संस्था प्रस्थापित करणे अत्यंत आवश्यक आहे. लोकशाहीच्या विकासाकरता कायदा आणि प्रशासन या दोन्ही गोष्टी समान असल्या पाहिजे. कायद्याचे अधिराज्य हे तत्त्व मान्य करून प्रशासकीय अधिकाऱ्यांनी सर्वांना समतेची वागणूक दिली पाहिजे.

नागरिकांच्या हक्कांचे संरक्षण आणि कल्याणाची हमी मिळविण्यासाठी लोकमतावर आधारित अशा शक्तिशाली शासनाच्या आवश्यकतेवर डॉ. बाबासाहेब आंबेडकर यांनी भर दिला आहे.

समान संधी आणि अधिकार यांपासून अनेक वर्ष वंचित ठेवलेल्या बहिष्कृत अस्पृश्य समाजाला जोपर्यंत गुलामगिरीतून मुक्त केले जात नाही, त्यांच्या दास्यत्वाचे जोखड फेकून देण्यात जोपर्यंत प्रस्थापित शासनाला यश मिळत नाही तोपर्यंत राजकीय स्वातंत्र्य हे मूठभर लोकांच्या हिताचे रक्षण करेल, परंतु अशा स्वातंत्र्याला काहीच अर्थ नाही असे बाबासाहेबांचे मत होते.

अर्थशास्त्रज्ञ होते. त्यांचे सर्व लेखन समकालीन समस्यांशी संबंधित होते, जे संदर्भ त्यांनी दिले होते ते अतिशय समृद्ध आणि अद्ययावत होते. त्यांनी हाताळलेले जवळजवळ सर्व परस्पर संलग्न विषय आणि सांख्यिकीय तथ्यामधून काढलेल्या ऐतिहासिक अधिष्ठानांनी परिपूर्ण होते. आश्चर्याची गोष्ट म्हणजे बाबासाहेबांचे हे विचार अनुल्लेखाने दडपले गेले आणि भारतीय आर्थिक विचारसरणीत त्यांचा समावेश करण्यास विलंबही केला. सत्ताधाऱ्यांच्या कर्तव्यशून्यतेमुळे वितरण व्यवस्थेत अनेक त्रुटी निर्माण झाल्या आणि आधुनिक भारताच्या निर्मितीबद्दलची आपली पकड निसटत चालली आहे. संपूर्ण आशिया खंडात तेव्हा अर्थशास्त्रातील शैक्षणिक पांडित्य असलेला बाबासाहेबाएवढ्या उंचीचा एकही विचारवंत नव्हता. भारतीय संविधानातील त्यांचे योगदान हे उल्लेखनीय असूनही १९५४मध्ये सुरू करण्यात आलेला भारतरत्न हा सर्वोच्च नागरी पुरस्कार १९९०मध्ये म्हणजे त्यांच्या मृत्यूनंतर सुमारे ३४ वर्षांनी देण्यात आला. देशाबद्दलच्या त्यांच्या निष्ठा आणि तत्त्वज्ञानाबद्दलची अनास्था निश्चितच निषेधाह आहे!

निरीक्षण दोन, बाबासाहेबांच्या आयुष्याचा तीन दशकांहून अधिक कालखंड सामाजिक, राजकीय व राष्ट्रीय कार्यास वाहिला. त्यांच्या पदव्युत्तर पदव्यांचे प्रबंध, *'प्राचीन भारतीय वाणिज्य'* (१९१५) आणि *'नॅशनल डिव्हिडेंड ऑफ इंडिया'* (१९१६); *'ईस्ट इंडिया कंपनीचे प्रशासन आणि वित्तविषयक संशोधन कार्य'* (१९१५), *'भारतात असलेले स्मॉल होल्डिंग्स आणि त्यांचे उपाय'* (१९१८); *'ब्रिटिश भारतात प्रांतीय वित्त विकास'* (१९२५); *'रुपयाची समस्या'* (१९२३) याव्यतिरिक्त आरबीआयच्या स्थापनेचा पाया ठरलेली विधाने, पुरावे, पुनरावलोकने, लैंगिक सबलीकरण या समकालीनसंदर्भात नव्याने गंभीर पुनरावलोकनास पात्र आहेत. एवढ्या लहान वयात या शैक्षणिक कर्तृत्वामुळे ते जगातील सर्वोत्तम देशात कुठेही स्थायिक झाले असते तर ते अब्जाधीश तर ठरलेच असते. त्यांनी जगाचे नेतृत्व केले असते. पण, देश आणि येथील जनतेवरील अतूट प्रेम लक्षात घेऊन त्यांनी परत येऊन या देशाची सेवा करणे पसंत केले. हा त्याग दुर्मिळ असून त्याचे कौतुक करण्यात आमचा देश कमी पडला हे देशाचे दुर्दैव.

निरीक्षण तीन, बाबासाहेबांनी विशेषतः मूलभूत अर्थशास्त्राच्या क्षेत्रात बरेच काही लिहिल्यानंतर राजकारणात प्रवेश केला आणि त्यांनी आपल्या राजकीय कारकिर्दीला पत्रकारिता आणि सामाजिक सक्रियतेची जोड दिली. लोकांचे भवितव्य आणि त्यांची सामाजिक प्रगती अंतिमतः राजकीय सत्ताच ठरवते, हे त्यांच्या लक्षात आले होते. म्हणून ते म्हणत असत की, सुशासन हे सुदृढ सार्वजनिक अर्थव्यवस्थेची गुरुकिल्ली आहे.

विभाग ७

'स्त्रियांच्या सामिलीकरणाशिवाय सगळी एकात्मता शून्य आहे.'

—डॉ. बाबासाहेब आंबेडकर

'ज्ञान आणि विद्या या गोष्टी काही पुरुषांसाठीच नाहीत; त्या स्त्रियांसाठीही
आवश्यक आहेत.'

१७

जातिअंताशिवाय स्त्रीमुक्ती अशक्य

बाबासाहेबांनी एका शोधप्रबंधात सिद्ध केले की, जातिअंताशिवाय भारतात स्त्रीमुक्ती
शक्य नाही आणि स्त्रीमुक्तीशिवाय जातिअंत शक्य नाही. डॉ. आंबेडकरांनी भारतीय
स्त्रियांच्या दास्यविमोचनासाठी 'हिंदू कोड बिल' तयार करून संसदेत मांडले; परंतु ते
मंजूर होऊ शकले नाही. ''या देशातील कायदे मंडळाने सामाजिक सुधारणेच्या दृष्टीने
जे कायदे केले, त्यांमध्ये हे विधेयक सर्वांत महत्त्वाचे होते. एक वर्ग आणि दुसरा वर्ग,
स्त्री आणि पुरुष यांच्यामधील विषमता हा हिंदू समाजाचा आत्मा आहे, '' असे त्यांनी
तेव्हा स्पष्ट केले होते.

- डॉ. आदिनाथ इंगोले

डॉ. बाबासाहेब आंबेडकरांनी १९१६मध्ये वयाच्या अवघ्या २४-२५व्या वर्षी कोलंबिया विद्यापीठात शिक्षण घेत असताना मानववंशशास्त्र विभागाच्या परिषदेत सादर केलेला शोधप्रबंध होता, *'भारतातील जाती : त्यांची घडण, उगम आणि विकास'* या शोधप्रबंधात त्यांनी सिद्ध केले की, जातिअंताशिवाय भारतात स्त्रीमुक्ती शक्य नाही आणि स्त्रीमुक्तीशिवाय जातिअंत शक्य नाही.

या शोधप्रबंधात 'बंदिस्त वर्ग म्हणजे जात' अशी त्यांनी जातीची व्याख्या केली. जातिबाह्य विवाहपद्धतीवर जातिअंतर्गत विवाहपद्धतीचा वरचष्मा म्हणजेच जातीची निर्मिती, हा सिद्धांत मांडला. जातिअंत आणि स्त्रीमुक्ती या एका नाण्याच्या दोन बाजू आहेत, हेच या शोधप्रबंधात अधोरेखित केले आहे. सर्वसामान्यपणे कोणत्याही मानवी समाजात स्त्री-पुरुषांचे प्रमाण समान असते. या प्रमाणाचे संतुलन बिघडल्यास समाजात अतिरिक्त स्त्री किंवा अतिरिक्त पुरुष यांची समस्या निर्माण होते. हे प्रमाण समसमान राहिले नाही तर अरिरिक्त पुरुष, अतिरिक्त स्त्री हे जातीबाहेर विवाह करण्याची शक्यता निर्माण होते. त्यातून जातिव्यवस्था धोक्यात येऊ शकते. असे होऊ नये म्हणून सनातन धर्म म्हणून ओळखल्या जाणाऱ्या हिंदू धर्मात कशा अनेक अनिष्ट प्रथा प्रस्थापित करण्यात आल्या. जेणेकरून जातिव्यवस्था भक्कमाणे टिकून राहील, याचा बंदोबस्त करून स्त्रीला जातिव्यवस्थेने जखडून टाकून कसे गुलाम केले हेच स्पष्ट केलेले आहे.

जातिव्यवस्थेची तटबंदी

जातिव्यवस्थेची तटबंदीमध्ये सती प्रथा, वैधव्य, सक्तीचे ब्रह्मचर्य आणि बाल-जरठ विवाह अशी करून स्त्रियांना या व्यवस्थेच्या वहनाची जबाबदारी सक्तीने लादली. या व्यवस्थेने जी बंधने स्त्रियांवर टाकली, ती पुरुषांवर टाकली नाहीत. सती प्रथेत नवरा मेला असता पत्नीला त्याच्या चितेवर जिवंत जाळले जात असे. पत्नी आधी मेली तर पती सती जाण्याची प्रथा रूढ केली नाही. सती जाण्यापेक्षा सौम्य शिक्षा स्त्रीने वैधव्यात केशवपन करून स्वतःला विद्रूप करून एकांतवासात, अपवित्र, अपमानित जगणे ही व्यवस्था करण्यात आली. तर दुसरीकडे पुरुषाला एक तर संन्यस्त जीवन जगणे किंवा बाल-जरठ विवाह करून अल्पवयीन मुलीशी लग्न करण्याची परवानगी दिली. स्त्रियांच्या गुलामगिरीतून, शोषणातून जातिव्यवस्था भक्कम केली जाते. यासाठी -

१. स्त्रियांवर निर्बंध लादून जातीची बंदिस्तता टिकविली जाते.

२. स्त्रिया जातिव्यवस्थेच्या प्रवेशद्वार होत आणि

३. स्त्रियांची गुलामगिरी कायम करण्याचे काम जातिव्यवस्था करते.

यावरून ब्राह्मण्यवादी, मनुवादी संस्कृती ही भारतीय स्त्रियांच्या गुलामगिरीला जबाबदार असल्याचे डॉ. आंबेडकर स्पष्ट करतात. २५ डिसेंबर १९२७ रोजी डॉ. बाबासाहेब आंबेडकर यांनी महाड येथे मनुस्मृतीचे दहन घडवून आणले. मनुस्मृती जशी जातीय भेदभाव करणारी, कनिष्ठ जातींवर अन्याय करणारी संहिता आहे; तशीच मनुस्मृती भारतीय स्त्रियांच्या गुलामगिरीचा जाहीरनामा आहे. स्त्रियांना मानव म्हणून माणुसकीचे जीवन नाकारणारी कायदे संहिता असल्यामुळे बाबासाहेबांनी तिचे जाहीर दहन केले. आणि स्त्रिया व शूद्रातिशूद्रांना दास्यमुक्तीचा मार्ग दिला. बाबासाहेब स्त्रियांना उपदेश करताना म्हणतात, 'आपल्या मुलांना शिक्षण द्या, नवरा, मुलगा किंवा बाप, भाऊ दारू पिऊन घरात आला तर त्याला घरात घेऊ नका, जेवण देऊ नका. प्रत्येक स्त्री-पुरुषाने सामाजिक कार्यात भाग घेतला पाहिजे. नवरा-बायको यांचे नाते मैत्रीचे असले पाहिजे.' स्त्रीने नवऱ्याची गुलाम म्हणून जगणे नाकारलेच पाहिजे, हे सांगताना बाबासाहेब म्हणतात, 'प्रत्येक स्त्रीने आपल्या पतीच्या खांद्याला खांदा लावून सामाजिक कार्यात भाग घेतला पाहिजे. पतीची गुलाम म्हणून जगण्यास साफ नकार दिला पाहिजे.'

'हिंदू कोड बिल' : स्त्रीमुक्तीचा जाहीरनामा

स्त्री आणि पुरुष यांचा मिळून समाज बनतो. स्त्री-पुरुष एकात्म येण्यातूनच कुटुंब निर्माण होते. जशी स्त्री पुरुषाशिवाय अपूर्ण आहे; तसेच पुरुषही स्त्रीशिवाय अपूर्ण आहे. म्हणून स्त्री-पुरुष ही कुटुंबाची दोन चाके आहेत. एक पुढे गेले आणि एक मागे राहिले तर गाडा पुढे सरकणार नाही. स्त्रियांना समान संधी, समान अधिकार देण्यातूनच खरी प्रगती साध्य होईल. या जाणिवेने बाबासाहेब म्हणतात, 'पती-पत्नीचे नाते हे घनिष्ठ मैत्रीचे असले पाहिजे.' डॉ. आंबेडकरांनी भारतीय स्त्रियांच्या दास्यविमोचनासाठी 'हिंदू कोड बिल' तयार करून संसदेत मांडले. हे हिंदू कोड बिल बाबासाहेबांनी मांडलेला स्त्रीमुक्तीचा जाहीरनामाच म्हणता येईल. १९४९मध्ये त्यांनी संसदेत मांडलेले हिंदू कोड बिल प्रचंड वाद घालून स्त्री-विरोधी असलेल्या संसदेतील बहुमताने आणि बाहेर आरएसएस या संघटनेने प्रचंड आंदोलन उभारून त्याला सर्व स्तरांवर विरोध केला. ज्यांनी हिंदू कोड बिलाच्या समर्थनार्थ मोर्चे काढले, त्या समाजवादी, साम्यवादी चळवळीतील महिला कार्यकर्त्यांवर दगडफेक केली. अनेक स्त्रिया जखमी झाल्या. नाइलाजाने नेहरूंनी माघार घेतली. तेव्हा बाबासाहेब आंबेडकरांनी भारतीय स्त्रियांना पुरुषांच्या बरोबरीने समतेचे हक्क नाकारणाऱ्या संसदेचा केंद्रीय कायदेमंत्रिपदाचा राजीनामा दिला. त्या वेळी बाबासाहेब म्हणाले होते, 'या देशातील कायदे मंडळाने सामाजिक सुधारणेच्या दृष्टीने

जे कायदे केले, त्यामध्ये हे विधेयक सर्वांत महत्त्वाचे होते. एक वर्ग आणि दुसरा वर्ग, स्त्री आणि पुरुष यांच्यामधील विषमता हा हिंदू समाजाचा आत्मा आहे. त्याला मुळात हात न घालता आर्थिक प्रश्नांबाबत कायदे करणे म्हणजे घटनेची विटंबना करणे होय, ते शेणाच्या ढिगाऱ्यावर राजवाडा बांधण्यासारखे होईल.'

'हिंदू कोड बिल' : स्त्रियांचे सशक्तीकरण

भारत स्वातंत्र्य झाला तेव्हा हिंदू समाजात पुरुष आणि महिलांना घटस्फोटाचा अधिकार नव्हता. पुरुषांना एकापेक्षा अधिक लग्न करण्याचे स्वतंत्र होते; परंतु विधवा दुसरे लग्न करू शकत नव्हती. विधवांना संपत्तीपासून सुद्धा वंचित ठेवण्यात आले होते. हिंदू कोड बिल प्रथमतः १ ऑगस्ट १९४६ रोजी संसदेत मांडले गेले परंतु त्यावर कोणतीही संमती झाली नाही. नंतर ११ एप्रिल १९४७ रोजी संविधान सभेत डॉ. आंबेडकर यांनी ते पुन्हा मांडले. या बिलाने हिंदू धर्मात त्याकाळी असलेल्या कुप्रथांना दूर केले. हिंदू धर्मातील 'मिताक्षरा'नुसार वारसा हक्काने संपत्ती मुलांकडेच हस्तांतरण होत असे. डॉ. आंबेडकरांनी हिंदू कोड बिलात सर्वसामान्य महिलांसोबतच विधवा व तिच्या मुलींना देखील समाविष्ट केले. याचाच अर्थ हिंदू कोड बिलातून त्यांनी मुलींना मुलांबरोबरीचा वारसा हक्कात दर्जा देऊ केला. भारतात प्राचीन काळापासून पुरुषप्रधान संस्कृती रूढ होती व समाजात स्त्रियांना दुय्यम स्थान होते. 'हिंदू कोड बिल' हे स्त्रियांच्या सशक्तीकरणासाठी एक पाऊल होते.

हिंदू दायभाग कायद्यानुसार महिलांना तिच्या पतीची संपत्ती विकता येत नसे. यावर हिंदू कोड बिलात महिलांना तिच्या पतीच्या मालकीची संपत्ती विकण्याचा अधिकार प्रदान करण्यात आला. हिंदू धर्मात त्याकाळी असलेल्या आणखी एका कुप्रथेनुसार दत्तक घेतलेल्या मुलाला संपत्तीचा अधिकार नसे. तो अधिकार प्रदान करण्याचा हिंदू कोड बिलात मांडला. हिंदू कोड बिलात बहुपत्नीत्व प्रथेला मज्जाव करून एक पत्नीत्वाचा पुरस्कार केला. संसदेच्या आत व बाहेर विद्रोहाचे वातावरण तयार झाले. सनातनी अनुयायांसह आर्य समाजीपर्यंत आंबेडकरांचे विरोधी झाले.

बाबासाहेब आंबेडकरांनी भारतीय स्त्रियांना कायद्याने हक्क, दर्जा आणि प्रतिष्ठा प्राप्त करून देण्याचा प्रयत्न हिंदू कोड बिलाच्या माध्यमातून केला होता. हे बिल सात वेगवेगळ्या घटकांशी निगडित कायद्याचे कलमात रूपांतर करू पाहणारे होते.

व्यक्ती मृत्युपत्र न करता मृत पावली असेल अशा मृत हिंदू व्यक्तीच्या (स्त्री आणि पुरुष दोघांच्याही) मालमत्तेच्या हक्कांबाबत तरतुदी

- मृताचा वारसदार ठरवण्याचा अधिकार
- पोटगी
- विवाह
- घटस्फोट
- दत्तकविधान
- अज्ञानत्व व पालकत्व

या बिलातील घटस्फोट, द्विभार्या या कलमांना सनातनी मनोवृत्तीच्या विरोधकांनी तीव्र विरोध केला. हे बिल आंबेडकर मंत्रिपदी असताना मंजूर होऊ शकले नाही. त्यामुळे आंबेडकरांनी २७ सप्टेंबर १९५१ रोजी कायदेमंत्री पदाचा राजीनामा दिला

पुढे ज्या वारसा कायद्याला विरोध करण्यात आला होता तो बाजूला सारून प्रथम हिंदू विवाह कायदा हाती घेण्यात आला. हिंदू कोड बिलाचे चार वेगवेगळे भाग करून हे चार ही कायदे वेगवेगळ्या वेळी १९५५-५६मध्ये मंजूर झालेले.

- हिंदू विवाह कायदा
- हिंदू वारसाहक्क कायदा
- हिंदू अज्ञान व पालकत्व कायदा
- हिंदू दत्तक व पोटगी कायदा

हे कायदे लोकसभेत मंजूर होत असताना त्याच्यांशी बाबासाहेबांचा थेट संबंध येत नव्हता, तेव्हा ते राज्यसभेत होते. हे कायदे मंजूर होणे म्हणजे भारतीय न्याय व कायदा व्यवस्थेच्या इतिहासातली एक क्रांतिकारक घटना होती असे मानले जाते. या कायद्यांनी भारतीय स्त्रियांच्या जीवनात आमूलाग्र परिवर्तन घडण्यास सुरुवात झाली.

अशा प्रकारे डॉ. आंबेडकर एकूणच मानवमुक्तीच्या चळवळीचा भाग म्हणून स्त्री-पुरुष समतेचा पुरस्कार करीत. भारतीय स्त्रियांच्या दास्यमुक्तीसाठी त्यांनी असा वैचारिक आणि व्यावहारिक मोठा संघर्ष केला. त्या संदर्भात ते रमाबाईंना लिहिलेल्या पत्रात म्हणतात, 'मी भारतीय स्त्रियांच्या दास्यमुक्तीसाठी प्रचंड संघर्ष केला, याचा मला अभिमान आहे.' भारतीय स्त्रियांनीही त्यांचे हे ऋण कृतज्ञतेने मान्य केले पाहिजे.

‘स्त्री जात समाजाचा अलंकार आहे.’

B. R. Ambedkar

१८

स्त्रीमुक्तीविषयक विचार आणि कार्य

सर्वांगीण स्त्रीविकासासाठी डॉ. बाबासाहेब आंबेडकर यांनी विविधांगी कार्य केले. स्त्रीशिक्षणावर त्यांचा विशेष भर होता. त्यांच्या काळात ज्या अखिल भारतीय महिला परिषदा आयोजित केल्या जात, त्यात जे ठराव मांडले गेले, त्यातून आंबेडकर यांनी केलेल्या स्त्रीशिक्षणाच्या जाणीव जागृतीची कल्पना येते. एक पुरुष शिकला तर केवळ एक व्यक्ती शिकते, मात्र एक स्त्री शिकली तर संपूर्ण कुटुंबाची सुधारणा होते, ही बाबासाहेबांची स्त्रीशिक्षणाबाबतची धारणा होती.

- प्रा. स्वाती काटे

डॉ. बाबासाहेब आंबेडकर हे आधुनिक जगावर छाप उमटविणारे थोर भारतीय विचारवंत व समाजसुधारक होते. भारतीयांचा सर्वांगीण विकास कसा साधता येईल, यासंबंधी त्यांनी वेळोवेळी विविध प्रकारच्या प्रत्यक्ष कृतीतून प्रयत्न केले. थोर कायदेपंडित असल्यामुळे त्यांनी भारतीय राज्यघटनेचा मसुदा तयार करताना भारतातील अस्पृश्य जाती, जमाती आणि स्त्रियांच्या उन्नतीच्या दृष्टिकोनातून महत्त्वाची कलमे तयार केली. ज्या काळी भारतामध्ये स्त्रीला दुय्यम स्थान होते, चूल आणि मूल ऐवढेच मर्यादित विश्व ती जगत होती, तिचे होणारे शोषण व कौटुंबिक-राजकीय-आर्थिक- नैतिक हाल डॉ. बाबासाहेबांनी पाहिले होते. याच कारणामुळे जेव्हा जेव्हा संधी मिळाली तेव्हा तेव्हा त्यांनी भारतीय स्त्रीमुक्तीसाठी सर्वोतोपरी प्रयत्न केले. केवळ समाजसुधारणा करून चालणार नाही, तर समाजातील स्त्री-पुरुष भिन्नता नष्ट करण्यासाठी कायद्याच्या माध्यमातून निर्बंध घातले गेले पाहिजे, हे बाबासाहेब जाणून होते. त्यामुळेच त्यांनी स्त्रीमुक्तीच्या दृष्टीने विविध घटनात्मक तरतुदी केल्या. बाबासाहेबांनी स्त्रीमुक्तीसंदर्भाने केलेल्या हिंदू कोड बिलाचा अभ्यास करणे, बाबासाहेबांनी स्त्रीमुक्तीसंदर्भाने घटनेतील मसुद्यात उल्लेखिलेल्या, कलमांचा अभ्यास करणे, त्यांच्या विविध सामाजिक सुधारणेच्या आंदोलनात स्त्रियांच्या सहभागावर प्रकाश टाकणे. वरील उद्देशांच्या अनुषंगाने येथे विचार करीत आहे.

हिंदू कोड बिल

स्वातंत्र्यप्राप्तीनंतर भारतीय स्त्रियांच्या जीवनात अनेक क्रांतिकारक परिवर्तने घडून आली. बाबासाहेबांनी हिंदू कोड बिल तयार केले. या हिंदू कोड बिलामुळे महिलांना पुढील अधिकार प्राप्त होणार होते. घटस्फोटाचा अधिकार आणि पोटगीचा अधिकार, स्त्रियांना दत्तक घेण्याचा अधिकार, स्त्रियांना स्वतःच्या मिळकतीवर अधिकार, वडिलांच्या मिळकतीवर मुलाइतकाच मुलींनाही अधिकार, मुलींना वारस होण्याचा अधिकार, आंतरजातीय विवाहास मान्यता, स्वतःचा वारस निश्चित करण्याचा अधिकार, मात्र हिंदू कोड बिल संमत होऊ शकले नाही. हिंदू कोड बिल नामंजूर झाल्यामुळे बाबासाहेबांनी कायदामंत्री पदाचा राजीनामा दिला आणि महिलांच्या हक्कांना एकप्रकारे पाठिंबाच दिला.

लिंगभाव समानतेबाबत तरतुदी

बाबासाहेबांनी घटनेच्या मसुदा समितीचे अध्यक्षपद स्वीकारून घटनेचा मसुदा तयार केला. स्त्री आणि पुरुष समान माणून त्यांनी घटनेत विविध तरतुदींचा समावेश केला.

घटनेतील मूलभूत अधिकार भारतीय नागरिक म्हणून सर्वांसाठी समान दिले गेले. समानतेचा, व्यक्तिस्वातंत्र्याचा, शोषणाविरुद्धचा, धार्मिक स्वातंत्र्याचा, सांस्कृतिक व शैक्षणिक, संपत्तीसंबंधीचा, घटनात्मक उपाययोजनांचा से सात मूलभूत अधिकार घटनेने स्त्री आणि पुरुष या दोघांनाही समानतेने बहाल केले आहेत. कायद्यासमोर श्रीमंत, गरीब, धर्म, वंश, जात, स्त्री-पुरुष, कनिष्ठ, वरिष्ठ असा भेदभाव केला जाणार नाही. सर्व व्यक्तींसाठी कायदा हा समान असेल. राज्य कोणत्याही व्यक्तीला धर्म, जात, वंश, लिंग, जन्मस्थानावरून भेदभाव करणार नाही. धर्म, वंश, जात, लिंग या आधारावर दुकाने, उपाहारगृहे, सार्वजनिक मनोरंजनगृहे, विहीर, तलाव, सार्वजनिक विश्रांतीची ठिकाणे, सार्वजनिक मंदिरे इत्यादी ठिकाणी प्रवेश नाकारला जाणार नाही. नागरिकाला नोकरी मिळविण्याचा समान अधिकार आहे. धर्म, जाती, लिंग, वंश, जन्मस्थान, निवास यांवरून कोणत्याही नागरिकाला त्या पदाची पात्रता असताना अपात्र घोषित करता येणार नाही.

याशिवाय सर्व मूलभूत हक्क भारतीय राज्यघटनेने स्त्री-पुरुषांना समानपणे दिले आहेत. स्त्री-पुरुषांना उपजीविकेची साधने मिळविण्याचा समान हक्क असेल आणि समान कामाबद्दल समान वेतन देण्यात येईल असे नमूद करण्यात आले आहे. म्हणजेच स्त्री-पुरुषांना या ठिकाणी समान लेखले गेले आहे.

भारतीय राज्यघटनेने एक व्यक्ती, एक मत, एक मूल्य हे सूत्र ठरवून स्त्रियांनाही राजकीय प्रक्रियेत सहभागी होण्याचा समानहक्क बहाल केला आहे. प्रत्येक स्त्री-पुरुषांना मताचा अधिकार देण्यात आला आहे. डॉ. बाबासाहेब आंबेडकरांच्या दूरदृष्टीमुळे स्त्रियांकडे लिंगभावविरहित दृष्टिकोनातून पाहिल्यामुळे भारतात स्त्रियांना मताच्या अधिकारासाठी वेगळा संघर्ष करण्याची गरज इतर देशांमधील स्त्रियांप्रमाणे पडली नाही. सारांश घटनेत स्त्रियांच्या उन्नतीसाठी जे कायदे, तरतुदी करता येतील त्या सर्व तरतुदींचा समावेश डॉ. बाबासाहेब आंबेडकरांच्या प्रयत्नांमुळे करण्यात आला. डॉ. बाबासाहेब आंबेडकरांच्या प्रयत्नांमुळेच पुढे महिलांना आरक्षण देण्याविषयीचे कायदे होऊ शकले. नोकरदार महिलांच्या संदर्भाने न्याय्य असे कायदे वेळोवेळी होत आहेत. स्त्रियांना पुरुषांप्रमाणेच धार्मिक अधिकार मिळावेत यासाठी महिला चळवळी करताना दिसत आहेत. यापाठीमागे डॉ. बाबासाहेब आंबेडकर यांचीच प्रेरणा आहे. डॉ. बाबासाहेब आंबेडकरांनी बौद्ध धम्माची दीक्षा घेतली. बौद्ध धम्म हा जगातील एकमेव असा धर्म आहे, ज्याने स्त्रीला पुरुषांसमवेत सर्व हक्कांसोबतच धार्मिक अधिकारही प्रदान केले. भारतामध्ये स्त्री स्वातंत्र्याचा द्वेष्टा असणारा मनू आणि ज्या धर्मासाठी त्याने हा कायदा केला तो हिंदू धर्मच स्त्रियांच्या अवनतीस जबाबदार आहे हे बाबासाहेबांनी

'हिंदू स्त्रियांची उन्नती आणि अवनती' या आपल्या निबंधात पुराव्यानिशी मांडले. बाबासाहेब एवढ्यावरच थांबले नाहीत तर त्यांनी मनुस्मृतीचे दहन करून शूद्रांना आणि स्त्रियांना या धर्माच्या जाचक बंधनातून मुक्त केले.

मुलींना मोफत आणि सक्तीचे शिक्षण

धर्मातील कर्मकांडाला स्त्रियांनी बळी पडू नये, तसेच तिने कणखर बनून स्वत: शिकावे आणि कुटुंबालाही शिकवावे असे बाबासाहेबांचे मत होते. दलित महिला परिषदेत आणि ठिकठिकाणच्या स्त्रियांच्या सभेत बाबासाहेबांनी केलेले मार्गदर्शन आजही दिशादर्शक आहे. डिप्रेस्ड क्लासेस मिशनच्या नागपूर येथे भरवलेल्या परिषदेत बाबासाहेबांच्या प्रेरणेतून 'मुलींना मोफत आणि सक्तीचे शिक्षण मिळावे' असा ठराव पास करण्यात आला. महाड येथे आयोजित परिषदेत बुरसटलेल्या जुन्या चालीरीती सोडून स्वच्छ राहण्याचा आणि स्वत:ची कलंकित स्थिती नाकारण्याचा उपदेश बाबासाहेबांनी स्त्रियांना केला होता. दलित स्त्रीच्या मनामध्ये स्वाभिमान आणि आत्मसन्मानाने जगण्याचे भान त्यांनी पेरले. बाबासाहेबांनी आयोजित अखिल भारतीय महिला परिषदांना स्त्रियांची लक्षणीय उपस्थिती असे.

नाशिकच्या काळाराम मंदिराच्या दीर्घकाळ चाललेल्या ऐतिहासिक सत्याग्रहात हजारो दलित स्त्रियांच्या तुकड्यांनी तान्ही बाळे कडेवर घेऊन तळ ठोकला होता. शांताबाई दाणी, कर्मवीर दादासाहेबांच्या पत्नी सीताबाई आणि गीताबाई गायकवाड यांनी या सत्याग्रहात महत्त्वाची भूमिका वठवली. नागपूर येथे पार पडलेल्या धर्मांतर सोहळ्यात दोन लाख स्त्रियांनी सहभाग नोंदवला. बाबासाहेबांनी दूरदृष्टीतून निर्माण केलेल्या कायद्यामुळे स्त्रीला एक मोठे आकाश भरारी घेण्यासाठी प्राप्त झाले. त्यामुळेच भारतीय स्त्री स्वातंत्र्योत्तर कालखंडात प्रगतीच्या कित्येक पायऱ्या चढून जाऊ शकली. विसाव्या शतकात मिळालेल्या या सामर्थ्यशाली नेतृत्वामुळेच भारतीय स्त्री खऱ्या अथनि स्वतंत्र झाली.

'शिक्षण हे वाघिणीचे दूध आहे; जो कोणी प्राशन करेल तो गुरगुरल्याशिवाय राहणार नाही.'

B.R.Ambedkar

११

स्त्रिया आणि बावीस प्रतिज्ञा

बावीस प्रतिज्ञांमध्ये बाबासाहेबांनी मानवी समानता मानण्याचीही प्रतिज्ञा दिलेली आहे. स्त्री आणि पुरुषामध्ये कुठलाही भेदाभेद न मानण्याची प्रतिज्ञा दिलेली आहे. बुद्धांचा आर्य अष्टांगिक मार्ग दैनंदिन जीवनामध्ये आचरणात आणण्याची प्रतिज्ञा दिलेली आहे. अशा प्रकारे या बावीस प्रतिज्ञांच्या माध्यमाने बाबासाहेबांनी भारतातील स्त्रियांना समाजपरिवर्तनाच्या दिशेने फक्त प्रगतशील समाजाची निर्मिती करण्याच्या दृष्टीने, त्याचप्रमाणे स्त्रियांना धर्मवाद, धार्मिक पाखंड, अंधश्रद्धा, निरर्थक आस्था, पुरोहितशाहीचे जोखड व्रतवैकल्ये, अनुष्ठान, पूजापाठ यांपासून स्वतःला पूर्णपणे मुक्त करण्याची प्रतिज्ञा दिली आहे.

- प्रा. सविता सुमेध कांबळे

डॉ. बाबासाहेब आंबेडकरांचे संपूर्ण जीवन भारतीय समाजातील उपेक्षितांच्या उत्थानासाठी व्यतीत झाले आहे. हा उपेक्षित वर्ग म्हणजे प्रामुख्याने दलित, मागासवर्गीय जाती, आदिवासी व स्त्रिया होत. हा समाज शतकानुशतकापासून धर्माच्या नावाखाली भारतीय समाजामध्ये उपेक्षित, वंचित, प्रताडित व संपूर्ण मानवी हक्कांना मुकला होता. या समाजावर ब्राह्मणी व्यवस्थेने लादलेली गुलामगिरी सामाजिक, सांस्कृतिक व राजकीय स्वरूपाची तर होतीच; परंतु या गुलामगिरीला हिंदू धर्माचे जबरदस्त समर्थन प्राप्त होते. एकप्रकारे ब्राह्मणी साहित्यावरून असे म्हणता येईल, की समाजामध्ये अशा प्रकारचे वंचित, प्रताडित, उपेक्षित वर्ग, जाती अस्तित्वात असणे, त्यांची निर्मिती करणे हा हिंदू धर्माच्या तत्त्वज्ञानाचा, नीतिमूल्यांचा, समाजव्यवस्थेचा एक भाग होता, म्हणूनच आजसुद्धा विषमता पाळणे व जोपासणे, दुसऱ्यांचे अहित लेखणे, याला हिंदू समाज आपला धर्म मानतो.

जातिव्यवस्था व स्त्रियांची गुलामी अजूनही कायम

हिंदू धर्माचे जे साहित्य आज उपलब्ध आहे, त्यातील असा एकही ग्रंथ नाही की, ज्यामध्ये दलितांच्या, बहुजनांच्या, आदिवासींच्या व स्त्रियांच्या हीनतेचे समर्थन केलेले नाही. या संपूर्ण विषमतेला हिंदू धर्मशास्त्रामध्ये, हिंदू साहित्यामध्ये ईश्वरवाद, आत्मतत्त्ववाद, अलौकिकतावाद, अवतारवाद, दैवीशक्ती यांचे समर्थन प्राप्त आहे. त्याचप्रमाणे असेही म्हणता येईल की, हिंदू धर्मातील (ब्राह्मण धर्म) संपूर्ण तत्त्वज्ञान हे जातिव्यवस्थेचे, विषमतेचे, जन्मावर आधारित, जातीवर आधारित विषमतेचे समर्थन करण्याकरिता निर्माण झालेले आहे.

या देशातील तथाकथित उच्चजातीयांच्या बरोबरच दलित, मागासवर्गीय आणि स्त्रियांच्या मनावरसुद्धा हिंदू धर्मातील ईश्वरवादाचा अवतारवादाचा, अलौकिकवादाचा, धार्मिक पाखंडाचा व धार्मिक कर्मकांडाचा जबरदस्त प्रभाव आहे. त्यामुळेच या देशामध्ये शतकानुशतके विषमतेच्या तत्त्वावर निर्माण करण्यात आलेली ही जातिव्यवस्था व स्त्रियांची गुलामी अजूनही कायम आहे आणि ही गुलामी जोपर्यंत कायम आहे, तोपर्यंत या हिंदू समाजव्यवस्थेतील प्रताडित, उपेक्षित, वंचित जे-जे वर्ग आहेत, जो जो समाज आहे, तो कधीही मुक्त होऊ शकत नाही.

यासाठी बाबासाहेबांनी या देशामध्ये सतत ४६ वर्षांपर्यंत संघर्ष केलेला आहे व या संघर्षातून ते या निर्णयाला पोहोचलेत की, जोपर्यंत दलित समाज, मागासवर्गीय जाती, आदिवासी समाज व स्त्रिया ईश्वरवादाचे, अवतारवादाचे, देव आणि दैववादाचे गुलाम आहित, तोपर्यंत त्यांची खऱ्या अर्थाने मुक्ती होऊ शकत नाही. त्यांना खऱ्या

बाबासाहेबांच्या जीवनामध्ये स्त्रियांच्या प्रगतीला, विकासाला अत्यंत महत्त्वाचे स्थान होते. 'एखाद्या समाजाची प्रगती मोजायची असेल तर त्या समाजातील महिलांची प्रगती किती झाली आहे हे मी मोजतो,' असे ते म्हणत.

अर्थाने मानवी स्वातंत्र्य प्राप्त होऊ शकत नाही. याकरिता डॉ. बाबासाहेब आंबेडकरांनी हिंदू समाजव्यवस्थेच्या विरुद्ध सतत संघर्ष केलेला आहे. या सर्व वादापासून स्वतःला मानसिक दृष्ट्या श्रद्धा आणि आस्थामुक्त करण्याचा प्रयत्न केला आहे. त्याचप्रमाणे त्यांनी तशाप्रकारचे तत्त्वज्ञान समाजामध्ये स्थापित करण्यासाठी बुद्धांचा धम्म दिला आहे. बुद्धांचा धम्म अनिश्वरवादी, अनात्मवादी आहे.

ईश्वरवादाचे खंडन

बाबासाहेबांनी १४ ऑक्टोबर १९५६ रोजी बुद्धांचा धम्म स्वतः स्वीकारला व लाखो अनुयायांना दिला आणि त्यांनी असे प्रतिपादन केले की, या देशातील सर्व उपेक्षित वर्गांना बुद्धांचा धम्म, बुद्धांचे तत्त्वज्ञान स्वीकारल्याशिवाय तरणोपाय नाही. या दृष्टीने बाबासाहेबांनी १५ ऑक्टोबर १९५६ रोजी नागपूर मुक्कामी जे व्याख्यान दिले, ते अतिशय महत्त्वाचे आहे. या दृष्टीने विचार केल्यास ३१ मे १९३६ रोजी बाबासाहेबांनी

अखिल मुंबई इलाखा महार परिषदेमध्ये जे व्याख्यान दिलेले होते, ते व्याख्यानसुद्धा अतिशय महत्त्वाचे आहे. त्यांचे ते व्याख्यान नंतर *'मुक्ती कोण पथे?'* या नावाने प्रकाशित झालेले आहे. यामध्येही बाबासाहेब आंबेडकरांनी ईश्वरवादाचे अतिशय प्रभावीपणे खंडन केलेले आहे. त्यांनी या व्याख्यानाच्या शेवटी असा संदेश दिला होता की, बुद्ध धम्माशिवाय भारतातील वंचित समाजाची मुक्ती शक्य नाही. १४ ऑक्टोबर, १९५६ रोजी बुद्ध धम्माची दीक्षा ग्रहण केल्यानंतर व अनुयायांना नागपूर मुक्कामी बुद्ध धम्माची दीक्षा स्वतः दिल्यानंतर त्यांनी ज्या बावीस प्रतिज्ञा बुद्ध धम्म स्वीकारणाऱ्या अनुयायांना दिल्यात, त्या बावीस प्रतिज्ञा म्हणजे एक प्रकारे बुद्ध धम्माचा सार आहे. त्याप्रमाणे बुद्ध धम्माला प्रत्यक्ष दैनंदिन जीवनामध्ये आचरणात आणण्याचा एक दृढ संकल्प आहे असे म्हणता येईल. बाबासाहेबांनी नागपूरनंतर १६ ऑक्टोबर, १९५६ रोजी चंद्रपूरला बुद्ध धम्माची दीक्षा तेथे जमलेल्या आपल्या दोन लाख अनुयायांना देताना, इतर कोठलेही भाषण न करता, डॉ. बाबासाहेब आंबेडकरांनी केवळ बावीस प्रतिज्ञा दिल्या होत्या. यावरून या बावीस प्रतिज्ञांचे बाबासाहेब आंबेडकरप्रणीत बौद्ध धम्माच्या दृष्टीने किती महत्त्व आहे, याची कल्पना करता येते.

बावीस प्रतिज्ञा स्त्रियांसाठी

या बावीस प्रतिज्ञांचा स्त्रियांच्या दृष्टीने विचार केल्यास त्या फार महत्त्वाच्या आहेत असे म्हणता येईल, असे मानले जाते की, धार्मिक कर्मकांडांना, पाखंडांना, रूढीपरंपरांना जोपासण्याचे काम स्त्रिया करतात. मग त्या धार्मिक रूढी, परंपरा, मान्यता, कर्मकांडकुशल असोत की अकुशल असोत, हितकारक असोत की अहितकारक असोत, सत्य असोत की मिथ्या असोत; परंतु त्यांचे जतन करण्यामध्ये स्त्रिया पुढे असतात. स्त्री जर बुद्धिवादी असेल, स्वतंत्र विचार करणारी असेल, सर्व प्रकारच्या धार्मिक पाखंडांपासून स्वतःला अलिप्त ठेवणारी असेल तर तशा प्रकारचे कुटुंब व तशा प्रकारचा समाज निर्माण होऊ शकतो; म्हणून बाबासाहेबांनी दलित स्त्रियांना, मागासवर्गीय स्त्रियांना ब्राह्मणवादाच्या गुलामगिरीतून मुक्त करण्याकरिता त्या बावीस प्रतिज्ञा सांगितलेल्या आहेत असे म्हणता येईल. या बावीस प्रतिज्ञा सर्व मागासवर्गीय जातींच्या स्त्रियांना ब्राह्मणवादाच्या गुलामगिरीतून मुक्त करण्याकरिता अतिशय महत्त्वाच्या आहेत.

त्याचप्रमाणे स्त्रियांच्या दृष्टीने विचार केल्यास या बावीस प्रतिज्ञांना अतिशय महत्त्व आहे, असेही म्हणता येईल. या बावीस प्रतिज्ञांचा तत्त्वज्ञान व आचरणाच्या दृष्टीने विचार केल्यास या प्रतिज्ञांमध्ये बाबासाहेबांनी ईश्वरवादाला, अवतारवादाला आणि

डॉ. बाबासाहेब आंबेडकरांनी सांगितलेल्या २२ प्रतिज्ञा

१. मी ब्रह्मा, विष्णू, महेश यांना देव मानणार नाही किंवा त्यांची उपासना करणार नाही.

२. मी राम व कृष्ण यांना देव मानणार नाही किंवा त्यांची उपासना करणार नाही.

३. मी गौरी-गणपती इत्यादी हिंदू धर्मांतील कोणत्याही देव-देवतेस मानणार नाही किंवा त्यांची उपासना करणार नाही.

४. देवाने अवतार घेतले, यावर माझा विश्वास नाही.

५. गौतम बुद्ध हा विष्णूचा अवतार होय, हा खोटा आणि खोडसळ प्रचार होय असे मी मानतो.

६. मी श्राद्धपक्ष करणार नाही; पिंडदान करणार नाही.

७. मी बौद्धधम्माच्या विरुद्ध विसंगत असे कोणतेही आचरण करणार नाही.

८. मी कोणतेही क्रियाकर्म ब्राह्मणाचे हातून करवून घेणार नाही.

९. सर्व मनुष्यमात्र समान आहेत असे मी मानतो.

१०. मी समता स्थापन करण्याचा प्रयत्न करीन.

११. मी तथागत बुद्धाने सांगितलेल्या अष्टांग मार्गाचा अवलंब करीन.

१२. तथागताने सांगितलेल्या दहा पारमिता मी पाळीन.

१३. मी सर्व प्राणिमात्रावर दया करीन, त्यांचे लालन पालन करीन.

१४. मी चोरी करणार नाही.

१५. मी व्याभिचार करणार नाही.

१६. मी खोटे बोलणार नाही.

१७. मी दारू पिणार नाही.

१८. ज्ञान (प्रज्ञा), शील, करुणा या बौद्धधम्माच्या तीन तत्त्वांची सांगड घालून मी माझे जीवन व्यतीत करीन.

१९. माझ्या जुन्या, मनुष्यमात्राच्या उत्कर्षाला हानिकारक असणाऱ्या व मनुष्यमात्राला असमान व नीच मानणाऱ्या हिंदू धर्माचा मी त्याग करतो व बौद्धधम्माचा स्वीकार करतो.

२०. तोच सद्धम्म आहे अशी माझी खात्री पटलेली आहे.

२१. आज माझा नवा जन्म होत आहे असे मी मानतो.

२२. इतःपर मी बुद्धाच्या शिकवणुकीप्रमाणे वागेन अशी प्रतिज्ञा करतो.

आत्मवादाला पूर्णपणे नाकारलेले आहे. त्याचप्रमाणे कुठल्याही धर्मातील ईश्वरवादाला, आत्मवादाला व अवतारवादाला न मानण्याची प्रतिज्ञासुद्धा दिली आहे. म्हणजेच या बावीस प्रतिज्ञांमध्ये ईश्वरवादाला बाबासाहेबांनी पूर्णपणे नाकारलेले आहे. त्याचप्रमाणे पुरोहितशाहीलासुद्धा नाकारलेले आहे; मग हा पुरोहितवाद हिंदू धर्मातील ब्राह्मण पुरोहिताच्या स्वरूपात असो किंवा इतर ईश्वरवादी धर्मातील पुरोहितांच्या स्वरूपात असो. ज्याप्रमाणे बाबासाहेबांना ईश्वरवाद, आत्मवाद व अवतारवादाबद्दल घृणा होती, अनास्था होती, अंधश्रद्धा होती; त्याचप्रमाणे त्यांना पुरोहितशाहीबद्दलसुद्धा अतिशय घृणा होती, कारण त्यांनी असे जाणले होते व प्रत्यक्ष अनुभवले होते, की भारतामध्ये आणि एकंदरच संपूर्ण मानवी समाजामध्ये विष पेरण्याचे काम, माणसामाणसांत भेदभाव निर्माण करण्याचे काम व स्त्री आणि पुरुषांमध्ये असमानता निर्माण करण्याचे काम या पुरोहितशाहीने केलेले आहे. म्हणून ही पुरोहित संस्था जगात कुठेही असो व कुठल्याही समाजात असो व कुठल्याही काळामध्ये असो, ती मानवतेच्या विरुद्ध मानवी मूल्यांच्या विरुद्ध राहिलेली आहे. भारतासारख्या देशामध्ये जातिव्यवस्था, अस्पृश्यता, सामाजिक विषमता व स्त्रियांना समाजामध्ये निकृष्ट स्थान देण्याचे काम या पुरोहितशाही व्यवस्थेने केलेले आहे. म्हणून या बावीस प्रतिज्ञांमध्ये बाबासाहेबांनी ईश्वरवादाबरोबरच देव आणि दैववादाला व पुरोहितशाहीला नाकारण्याची प्रतिज्ञा दिलेली आहे.

बावीस प्रतिज्ञा भारतीय समाजातील सर्व जाती व धर्मातील स्त्रियांच्या दृष्टीने अतिशय महत्त्वाच्या आहेत. जोपर्यंत स्त्री ही व सर्वप्रकारच्या धार्मिक पाखंडांपासून मुक्त होत नाही, तोपर्यंत खऱ्या अर्थाने ती स्वतःही सर्व प्रकारच्या गुलामगिरीपासून मुक्त होऊ शकत नाही. या दृष्टीने डॉ. बाबासाहेब आंबेडकरांनी दिलेल्या या बावीस प्रतिज्ञा अतिशय मोलाच्या आहेत. या बावीस प्रतिज्ञांचे सर्व स्त्रियांनी पालन करावे, अशी अपेक्षा करणे योग्य आहे.

'कोणत्याही समाजाची उन्नती त्या समाजातल्या शिक्षणाच्या प्रगतीवर अवलंबून असते.'

२०

स्त्रीमुक्तीचा लढवय्या

डॉ. बाबासाहेब आंबेडकरांनी कामगार स्त्रीला समान वेतन, तिच्या कामाचे ठराविक तास, सुरक्षित ठिकाण आणि मुख्य म्हणजे तिच्या लहान मुलांसाठी पाळणाघरे, तिला बाळंतपणाची सुटी इत्यादींद्वारे तिच्या आरोग्याचा, अर्थार्जनाचा विचार करून कुटुंबात व समाजात तिची प्रतिष्ठा वाढविली. आज प्रसूतीनंतर तीन महिने, काही राज्यांत सहा महिने कामगार स्त्रियांना पगारी सुटी दिली जाते. याचे खरे श्रेय बाबासाहेब मजूरमंत्री असताना त्यांनी केलेल्या कायद्यालाच नाही का? आणि तरी बहुजन समाजातील व प्रस्थापित समाजातील स्त्रिया बाबासाहेबांना दलितांचेच पुढारी समजतात.

- प्रा. सुशीला मूल-जाधव

स्त्री स्वातंत्र्याचे पहिले उद्गाते भगवान बुद्ध व मानवी प्राण्यात पुरुषापेक्षा जास्त श्रेष्ठ स्त्री आहे, असा निर्वाळा देणाऱ्या जोतिराव फुल्यांचा स्त्री स्वातंत्र्याबाबतचा वारसा डॉ. बाबासाहेब आंबेडकरांनी चालविला. त्यातूनच आजच्या सबल व सक्षम स्त्रीची निर्मिती झाली. आजच्या स्त्रीमुक्तीची कोणतीही चळवळ असो, ती बाबासाहेबांच्या विचारांशिवाय त्यांच्या स्त्रीविषयक कार्याशिवाय पुढे जाऊ शकत नाही. समस्त भारतीय स्त्रियांच्या विकासात त्यांचे योगदान अतिशय महत्त्वाचे आहे. त्यामुळे रमामातेस लिहिलेल्या पत्रात, ते म्हणतात ''मी स्त्रीमुक्तीसाठी लढणारा एक लढवय्या शिपाई आहे,'' हे त्यांचे उद्गार किती सार्थ आहेत.

स्त्रियांच्या अवनतीस जबाबदार

बाबासाहेबांच्या मते प्राचीन काळी स्त्रियांचा सामाजिक दर्जा उन्नतावस्थेत होता. तो फार उच्च प्रतीचा होता. विद्याभ्यासाच्या जोरावर स्त्री समाजात उच्चतम पदी जाऊ शकत होती. त्यानंतरचा काळ मात्र ब्राह्मणी धर्माच्या वर्चस्वामुळे स्त्रियांसाठी भयावह ठरला होता. वैदिक धर्मग्रंथांनी स्त्रियांना ज्ञानापासून वंचित ठेवले होते. कारण त्या शिकल्या तर शहाण्या होतील, त्यांच्या महत्त्वाकांक्षा वाढतील आणि मग आपली पुरुषी सत्ता, स्वामित्व त्या नाकारतील, अशी त्यांना भीती वाटत असावी. अशा प्रकारे पुरुषी स्वामित्वाच्या व अहंकाराच्या भावनेतून पुरुषप्रधान अन्याय, अत्याचाराला सीमा उरली नाही. तिचे अस्तित्व नगण्य झाले. तिची कोंडी झाली. बाबासाहेबांनी म्हटल्याप्रमाणे स्त्रियांच्या अवनतीस हिंदू धर्मच जबाबदार ठरला.

मनूचे स्त्रीविरोधी कायदे

डॉ. बाबासाहेबांच्या चळवळीला एक तात्त्विक बैठक होती. म्हणूनच अखिल भारतीयांच्या विशेषतः या देशात पशुवत जीवन जगणाऱ्या दलित पुरुषांच्या आणि पशुवत गुलामीचे जीवन जगणाऱ्या समस्त वर्गातील स्त्रियांच्या सुधारणेविषयी त्यांच्या शोषणाचा अंत करण्यासाठी त्यांना माणूस म्हणून जगण्यासाठी त्यांचे ध्येयवादी मन सतत जागरूक होते. त्यासाठी त्यांनी १९२७ ते १९५६ या प्रदीर्घ काळात दलितोद्धाराचे, स्त्री उद्धाराचे आणि हिंदू कोडबिलाच्या व राज्यघटनेच्या माध्यमातून राष्ट्रोद्धाराचे मानवतावादी कार्य केले.

त्यांच्या या चळवळीला शास्त्रशुद्ध अशा वैचारिक बैठकीचे अधिष्ठान होते, अशी वैचारिकता त्यांनी आपल्या लेखनाद्वारे स्त्री चळवळीसाठी दिली. 'न स्त्री स्वातंत्र्यम् अर्हती' म्हणजे स्त्रीला कोणत्याच प्रकारचे स्वातंत्र्य नाही, असा धार्मिक कायदा करून

स्त्री स्वातंत्र्याचा द्वेष्टा मनू आणि ज्या धर्मासाठी हे कायदे करून दिले, तो हिंदू धर्मच स्त्रियांच्या अवनतीस जबाबदार आहे, हे बाबासाहेबांनी *'हिंदू स्त्रियांची उन्नती आणि अवनती'* या निबंधवजा लेखात अनेक पुराव्यांनिशी सिद्ध केले. 'इव्हजविकली' मासिकाच्या (जानेवारी, १९५०) लेखात हिंदू स्त्रियांच्या अवनतीला बुद्धच जबाबदार आहे, अशा आशयाचा लेख आला होता. त्या लेखाला असे उत्तर देताना १९५२मध्ये लेख लिहून 'हिंदू स्त्रियांच्या अवनतीला बौद्धधर्म जबाबदार नसून हिंदू धर्मच जबाबदार आहे, म्हणजे मनू कसा जबाबदार आहे, हे बाबासाहेबांनी मनुस्मृतीचे दाखले देऊन मनूचे स्त्रीविरोधी कायदे पुढे आणले.

उलट बुद्धांनी स्त्रियांचे स्वातंत्र्य कसे मान्य केले आणि त्यांनी लिंगभेदाबद्दल अढी न बाळगता स्त्रियांना भिक्षुणी संघ स्थापन करून थोरपदाला पोहोचविण्याचा मार्ग मोकळा करून दिला, हा स्त्रीविषयक बुद्धांचा मानवतेचा उदात्त दृष्टिकोन लिखाणातून मांडला. बाबासाहेबांनी स्त्रीविषयक बुद्धांच्या विचारांचाच वारसा पुढे चालविला. 'हिंदू धर्मात राहून दलित स्त्रियांची उन्नती होऊ शकत नाही. कारण हिंदू धर्मात त्यांच्या उन्नतीचे पोषक वातावरण नाही म्हणून बाबासाहेबांनी स्त्री-पुरुष समतेचा बुद्ध धम्माचा मार्ग दाखवून स्त्रियांना त्या धम्माची दीक्षा दिली. त्यांच्या या अभूतपूर्व कार्यामुळे दलित स्त्री कशी झपाट्याने बदलत गेली ते आज तिच्या प्रगतीवरून दिसत आहे.

कारण धम्माचा स्वीकार म्हणजे अंधश्रद्धा, दैववाद, कर्मकांड या मानवी उन्नतीच्या स्पीड ब्रेकरला नकार देणे होय. या निबंधाशिवाय त्यांनी *'बुद्ध आणि त्यांचा धम्म'* हा ग्रंथ लिहून स्त्री स्वातंत्र्याचे पहिले उद्गाते भगवान बुद्ध यांच्या स्त्री-पुरुष समतेच्या वैज्ञानिक दृष्टीचा, नीतिमत्तेचा धम्म व स्व-उद्धाराचा जीवनमार्ग दाखवून पुरुषांप्रमाणेच स्त्रियांच्या विकासात मोलाचे योगदान दिले.

बौद्ध स्त्री प्रगल्भ झाली

आज २१व्या शतकातही स्त्री-पुरुष भेद करून तिला दुय्यम स्थान दिले जाते. इतरही धर्मात स्त्रीला त्यांच्या मंदिरात प्रवेश नाकारण्यात येतो आणि मंदिर प्रवेशाच्या मूलभूत अधिकारासाठी त्यांना संघटित लढा द्यावा लागतो; मात्र बौद्ध स्त्रिया त्यांच्या विहारात मुक्तपणे संचार करू शकतात. इतकेच नव्हे, तर अनेक ठिकाणी बौद्ध विहारांचे व्यवस्थापन स्त्रियांकडेच आहे. बौद्ध स्त्री बाबासाहेबांचे वैचारिक धन घेऊन प्रगल्भ झाली आहे. अशा प्रकारे बुद्ध आणि बाबासाहेब यांच्यात एक समान सूत्र आहे ते म्हणजे मानवाविषयी करुणा, स्त्रीवर्गाला दास्याच्या कर्दमातून वर काढून तिला सचेत करणे, शूद्रांनाही त्यांच्यातील स्वत्वाची जाणीव करून देणे हे जटिल आव्हानास्पद

असे कार्य होते. विशेषतः स्त्री संदर्भात तर या उभयतांनी भारतीय स्त्रीची नवी गाथा लिहिली. वेदनांना वाचा फोडली. तिला कर्तव्य सन्मुख आणि संघर्ष सन्मुख केले. तिला दास्यमुक्तीचा आशय दिला. (भगवान बुद्ध, डॉ. बाबासाहेब आंबेडकर आणि भारतीय स्त्री प्रस्तावना : डॉ. गंगाधर पानतावणे) यातून प्राचीन काळातील भगवान बुद्धांप्रमाणेच आधुनिक काळातील डॉ. बाबासाहेबांच्या उदात्त, विशाल आणि संवेदनशील व्यक्तिमत्त्वाविषयींचा आदरभाव अधिकच दृढ होतो.

समाजाच्या सुधारणेचा मापदंड

डॉ. बाबासाहेब मानववंशशास्त्रज्ञ होते. समाजशास्त्रज्ञ होते. त्यामुळे स्त्रियांकडे पाहण्याचा त्यांचा दृष्टिकोन मानवतावादी होता. भूतदयावादी नाही; तसेच ते समाजशास्त्रज्ञ असल्यामुळे त्यांची पक्की धारणा होती, की कोणत्याही समाजातील स्त्रियांचा दर्जा हा त्या समाजाच्या सुधारणेचा मापदंड असतो. समाजपरिवर्तनाचे वेध लागलेल्या बाबासाहेबांनी स्त्री सुधारणेचा स्त्री स्वातंत्र्याचा हिरिरीने प्रयत्न केला. त्यासाठी त्यांनी लिखाणाशिवाय अनेक सभा-संमेलने तर घेतलीच; पण महिला परिषदांचेसुद्धा

बौद्ध धर्माचा स्वीकार

हिंदू धर्मात सुधारणा घडवून येणे अशक्य असल्याची जाणीव झाल्यानंतर डॉ. बाबासाहेब आंबेडकरांनी बौद्ध धर्म स्वीकारला व त्याचा पुरस्कार केला.

नीतिमत्तेची शिकवण देणारा बुद्धिनिष्ठ, स्वातंत्र्य-समता-बंधुता व न्यायाचा पुरस्कार करणारा, गरिबांविषयी अनुकंपा असणारा धर्म म्हणजे खरा धर्म होय. आणि या कसोटीला बौद्ध धर्म पूर्णपणे उतरतो असे त्यांचे मत होते.

प्रारब्ध, नशीब, नियती इत्यादी धार्मिक कारणांमुळे हिंदू माणसांची महत्त्वाकांक्षा मारली गेली असा बाबासाहेबांचा विचार होता. त्यामुळे त्यांनी संतांवरदेखील टीका केली आहे. संतांनी जातीव्यवस्था मोडून काढली नाही असे त्यांचे मत होते.

अस्पृश्यांना आपल्या हक्कांसाठी संघर्षाशिवाय पर्याय नाही असे बाबासाहेबांनी सांगितले. त्यांच्या मते, साधनांपेक्षा साध्य महत्त्वाचे आहे. अस्पृश्यता निर्मूलनाच्या बाबतीमध्ये महात्मा गांधी यांचा उच्चवर्णीयांच्या हृदय परिवर्तनावर विश्वास होता. मात्र बाबासाहेबांना असे हृदय परिवर्तन होणे अशक्य वाटत होते.

आयोजन करून स्वतः ते तेथे उपस्थित झाले आणि स्त्रियांना त्यांनी अतिशय प्राथमिक स्वरूपाचा आणि अतिशय सोप्या पद्धतीने उपदेश केला. त्यांनी स्त्री कर्तव्याला तर प्राधान्य दिलेच; पण तिच्यातील स्वत्वाला, बाईपणाला, तिच्या मनोधैर्याला, तिच्या हिमतीला आव्हान दिले. सामाजिक बांधिलकीची जाणीव स्त्रियांमध्ये निर्माण केली.

डॉ. बाबासाहेब केवळ दलित स्त्रीचेच नाही, तर समस्त वर्गातील स्त्रियांच्या उज्ज्वल भवितव्याचे शिल्पकार होते. तिच्या उन्नतीची तळमळ होती म्हणूनच त्यांनी हिंदू कोड बिलाच्या रूपाने समग्र भारतीय स्त्रीच्या उत्थानाचे अनमोल कार्य केले; मात्र स्त्री-पुरुष समतेचा विचार करताना स्त्री शिक्षणाचा विचार हा मूलभूत विचार आहे, ही त्यांची तात्त्विक भूमिका होती. स्त्री सुधारणेचा आणि स्त्री शिक्षणाचा अन्योन्य संबंध आहे ही खूणगाठ त्यांनी मनाशी बांधली म्हणूनच त्यांनी शिक्षण संस्थांची व शिक्षण घेताना स्त्रियांसाठी आवश्यक अशी वसतिगृहे बांधली.

मुलींच्या उच्च शिक्षणावर भर

महाडच्या समता समरप्रसंगी १९२७मध्ये त्यांनी जे भाषण केले. त्यात स्त्री शिक्षणाचे महत्त्व विषद करताना ज्ञान आणि विद्या या गोष्टी काही पुरुषांसाठीच नाहीत. त्या स्त्रियांनाही आवश्यक आहेत. तुम्ही शिका. आपल्या मुलींनाही शिक्षण दिले पाहिजे, असा स्त्रियांना उपदेश दिला आणि खाण तशी माती हा निसर्ग नियमाचा संकेत देऊन त्यांच्यातले आत्मतेज जागृत केले. याशिवाय मुलांना जन्म देणे हेच फक्त आई-वडिलांचे कर्तव्य नाही तर त्यांच्यात महत्त्वाकांक्षा निर्माण करण्याचा, आपल्यापेक्षा आपल्या मुलांना चांगले दिवस कसे येतील यासाठीही त्यांच्यात चेतना निर्माण केली. लिहिता-वाचता आले म्हणजे आपली परिस्थिती सुधारते याची त्यांना अनुभूती होते. अर्थात मुलींच्या उच्च शिक्षणावरही त्यांनी भर दिला. त्याचीच फलश्रुती १९४२ च्या महिला परिषदेत पाहावयास मिळते. स्त्रियांच्या संघटित शक्तीवर आणि त्यांच्या घराबाहेर येऊन मागण्यांसाठी सभा-संमेलनास व मोर्चात भाग घेण्यावरही त्यांचा भर होता. म्हणूनच महाडच्या चवदार तळ्याच्याप्रसंगी; तसेच मंदिर प्रवेशाच्या वेळी अनेक स्त्रियांचा सहभाग दिसतो. भारतातील डॉ. बाबासाहेबांच्या स्त्री चळवळीचे मोर्च्यात स्त्रियांचा सहभाग हे महत्त्वाचे वैशिष्ट्य होय.

थोडक्यात, असे म्हणता येईल की स्त्रीदृष्ट्या मनूने स्त्रीच्या प्रगतीच्या, प्रतिष्ठेच्या मार्गात माणूस म्हणून जगण्याच्या मार्गात अडथळे निर्माण करण्यासाठी तिचे जे स्वातंत्र्य नाकारले तेच स्त्री स्वातंत्र्य बाबासाहेबांनी स्त्रियांना मिळवून दिले आणि भारतीय स्त्रीमुक्तीच्या इतिहासात भरीव क्रांती केली.

स्त्रीद्वेष्ट्या मनूने स्त्रीच्या लहानपणात बाप तिचे पालनपोषण करतो, नवरा तिच्या तरुणपणात तिचे रक्षण करतो आणि म्हातारपणात मुले तिचे रक्षण करतात म्हणून ती स्त्री स्वातंत्र्याला लायक नाही म्हणून तिचे सर्व हक्क हिरावून घेतले आणि स्त्रियांचे जीवन बंदिस्त करून तिच्या जीवनाचा कोंडमारा केला. स्त्रीला पुरुषाचे गुलाम केले.

स्त्रीला समाजात आर्थिक स्थैर्य

स्त्री जीवनाची ही विटंबना, ही लाचारी बाबासाहेबांना अस्वस्थ करीत होती. त्यांनी तिला माणूस म्हणून जगण्यासाठी सक्षम करण्याचे ध्येय पुढे ठेवले आणि मनूने मनुस्मृतीत नाकारलेले हक्क तिला मिळवून दिला. स्त्रीला प्रतिष्ठा मिळवून दिली. त्यासाठी त्यांनी स्त्रियांना हिंदू विवाह कायदा, वारसा कायदा, पालकत्वाचा कायदा, दत्तक व पोटगीचा कायदा करून मनूप्रणीत धर्म व रूढीतून मुक्त केले. त्यामुळे आज स्त्रियांना स्वतःच्या मताने विवाह करण्याचे, नवऱ्याशी पटले नाही तर घटस्फोट घेण्याचे, पोटगीचा अधिकार मिळाला. मुलीला पित्याच्या संपत्तीत मुलाइतकाच अधिकार मिळाला. विधवा पत्नीला पतीच्या मालमत्तेत वाटा मिळाला आणि तिच्या स्त्रीधनावर तिचाच हक्काचा ताबा मिळाला. अशा प्रकारे स्त्रीला समाजात आर्थिक स्थैर्य मिळाले. तिला प्रतिष्ठा मिळाली. अशा प्रकारे परंपरांनी दडपून ठेवलेली स्त्री बाबासाहेबांच्या महान कार्यामुळे स्वतंत्र झाली.

विभाग ८

'जोपर्यंत आपण सामाजिक स्वातंत्र्य प्राप्त करत नाही तोपर्यंत कायद्याने आपल्याला जे काही स्वातंत्र्य दिले ते आपल्यासाठी उपयोगात नाही.'

—डॉ. बाबासाहेब आंबेडकर

'संविधान केवळ वकिली दस्तावेज नव्हे तर जीवन जगण्याचे माध्यम आहे.'

B. R. Ambedkar

२१

समाजवादी, धर्मनिरपेक्ष राज्यघटना

अधिकाधिक लोकांचे कल्याण करणाऱ्या राज्याची कल्पना मांडताना घटनाकारांनी, दोन प्रकारचे हक्क नागरिकांना दिले. असे हक्क, ज्यांबद्दल न्यायालयात दाद मागता येईल आणि दुसरे ज्यांबद्दल न्यायालयात दाद मागता येणार नाही. समाजवादी विचारसरणीच्या सदस्यांनी मार्गदर्शक तत्त्वांचा समावेश मूलभूत हक्कांत करण्याविषयी मागणी केली होती. त्याचबरोबर उद्योग-धंदे आणि शेतीच्या राष्ट्रीयीकरणाची मागणीसुद्धा काहींनी केली होती. ती मागणी त्या वेळी मान्य झाली नाही; मात्र १९७६मध्ये ४२व्या घटनादुरुस्तीदरम्यान भारतीय राज्य घटनेच्या प्रास्ताविकामध्ये समाजवाद आणि धर्मनिरपेक्षता हे दोन शब्द अंतर्भूत करण्यात आले.

- राज कुलकर्णी

भारतीय स्वातंत्र्यलढा अंतिम टप्प्यात असताना उद्याचा स्वातंत्र्योत्तर भारत कसा असेल, 'ब्रिटिश सत्तेपासून स्वातंत्र्य,' एवढा त्रोटक उद्देश केव्हाच नव्हता; तर या स्वातंत्र्याच्या व्याख्येत राजकीय, सामाजिक आणि आर्थिक लोकशाहीचे उद्दिष्ट अनुस्युत होते. हे उद्दिष्ट साध्य व्हावे म्हणून भारताला घटनेची आवश्यकता होती आणि घटना परिषद त्यासाठीच स्थापन केली गेली होती. ती स्थापन करण्यास डॉ. बाबासाहेब आंबेडकर यांचा विरोध होता, कारण ज्याप्रमाणे स्कॉटलंड-इंग्लंडचे एकत्रीकरण करण्यासाठी स्कॉटलंडची संसद खरेदी केली गेली, तसे भारतात घडेल की काय याची त्यांना शंका वाटत होती; परंतु 'कॅबिनेट मिशन प्लान'प्रमाणे १९४६मध्ये निवडणुका होऊन घटना समितीची स्थापना करण्यात आली. त्या वेळी घटनेला अधिक व्यापक आणि समाजहितकारक बनविण्यासाठी आंबेडकरांनीदेखील त्यात योगदान देण्याचे ठरवले आणि पुढे तर घटनेची निर्मिती त्यांच्याच नेतृत्वाखाली झाली.

अधिकाधिक लोकांचे कल्याण करणाऱ्या राज्याची कल्पना मांडताना घटनाकारांनी, दोन प्रकारचे हक्क नागरिकांना दिले. असे हक्क, ज्यांबद्दल न्यायालयात दाद मागता येईल आणि दुसरे ज्यांबद्दल न्यायालयात दाद मागता येणार नाही. समाजवादी विचारसरणीच्या सदस्यांनी मार्गदर्शक तत्त्वांचा समावेश मूलभूत हक्कात करण्याविषयी मागणी केली होती. त्याचबरोबर उद्योग-धंदे आणि शेतीच्या राष्ट्रीयीकरणाची मागणीसुद्धा काहींनी केली होती. ती मागणी त्या वेळी मान्य झाली नाही; मात्र १९७६मध्ये ४२व्या घटना दुरुस्तीदरम्यान भारतीय राज्य घटनेच्या प्रास्ताविकेमध्ये समाजवाद आणि धर्मनिरपेक्षता हे दोन शब्द अंतर्भूत करण्यात आले.

डॉ. आंबेडकर समाजवादी विचारांचेच

भारतीय राज्यघटनेत समाजवादी हा शब्द अंतर्भूत करण्याबद्दल खुद्द पंडित जवाहरलाल नेहरू आणि डॉ. बाबासाहेब आंबेडकर यांचे मत वेगळे होते; परंतु याचा अर्थ नेहरू किंवा आंबेडकर यांचा या शब्दांना किंवा त्याच्या भावार्थाला विरोध होता, असे नव्हे. नेहरू आणि डॉ. आंबेडकर मूलतः समाजवादी विचारांचेच होते. त्या वेळी जवाहरलाल नेहरू म्हणाले होते, ''आम्ही समाजवादाचाच आशय घटनेतून दिला आहे, भारताला समाजवादाकडेच वाटचाल करावयाची आहे; पण त्या आशयाला आम्ही साच्यात बसवलेले नाही.'' नेहरूंच्या याच बोलण्याचा धागा पकडून डॉ. आंबेडकर म्हणतात, ''उद्या संशोधक हे समाजवादापेक्षा एखादी उत्तम शासनव्यवस्था शोधून काढतील, त्यामुळे एका ठराविक चौकटीत लोकांना राहण्यासाठी भाग पाडण्यापेक्षा या बाबतीत निर्णय जनतेलाच घेता येईल.'' अशा प्रकारे समाजवादाचा आशय घटनेच्या निर्मात्यांनी

न्यायालयाच्या कक्षेच्या बाहेर असणाऱ्या मार्गदर्शक तत्त्वांमध्ये अंतर्भूत केला.

बाबासाहेबांनी १९३६मध्ये स्वतंत्र मजूर पक्षाची स्थापना केली आणि १९३७मध्ये या पक्षाने मुंबई प्रांतात १४ जागांवर विजय संपादन केला होता. त्यांच्या स्वतंत्र मजूर पक्षाचा जाहीरनामा वाचला, की त्यांचे समाजवादी विचार आणि तत्त्वज्ञान सहज समजून घेता येते. स्वतंत्र मजूर पक्षाच्या जाहीरनाम्यात ते म्हणतात, 'भारतातील शेतकऱ्यांच्या दारिद्र्याचे मुख्य कारण जमिनीची छोट्या तुकड्यांत झालेली विभागणी हे आहे. या तुकड्यांमुळे श्रम, भांडवल आणि शेतीची सुधारित पद्धत यांच्या वापरास अडथळा येतो. नैसर्गिक साधनसंपत्तीवर आधारित उद्योग काढावेत आणि त्यांची मालकी सरकारकडे असावी.'

घटनात्मक मार्गच योग्य

१७ नोव्हेंबर १९३७ रोजी त्यांनी मुंबई कायदेमंडळात खोती नष्ट करण्याविषयी विधेयक मांडले, तर १२ फेब्रुवारी १९३८ रोजी अस्पृश्य रेल्वे कामगारांच्या संघटना बांधणीसाठी परिषद घेतली. या वेळी त्यांनी केलेली भाषणे संपूर्णतः समाजवाद मांडतात. बाबासाहेबांनी सामाजिक आणि राजकीय न्यायाबरोबर आर्थिक न्यायाचे महत्त्व स्पष्ट केले आहे. न्याय सर्वांना समान असला पाहिजे हे खरे; पण हा युक्तिवाद सामाजिक न्यायाचा केवळ आरंभ आहे; कारण मानव समान असला, तरी त्यात भेद हा आहेच. म्हणून समान व्यक्तींना समान वागणूक आणि असमान व्यक्तींना असमान वागणूक हेच सामाजिक न्यायाचे मूलभूत तत्त्व ठरते, जे समाजवादी व्यवस्थेच्या माध्यमातून साध्य होऊ शकते. सबल आणि दुर्बल घटकांना एका मापाने मोजता येणार नाही. म्हणून दुर्बल घटकांना खास सवलती या सामाजिक न्यायाचे प्रतीक ठरतात. अन्यथा समता या तत्त्वालाच बाधा येऊ शकते आणि समता हे समाजवादाचे मुख्य उद्दिष्ट आहे, जे भारतीय राज्य घटनेचेदेखील प्रमुख उद्दिष्ट आहे. सामाजिक आणि आर्थिक उद्दिष्टे साध्य करण्यासाठी हिंसेच्या मार्गाचा त्याग करून, घटनात्मक मार्गाचाच अवलंब करण्याचा आग्रह आंबेडकर धरत.

मनुष्य हा केंद्रस्थानी

समाजवाद ही प्रबोधनाच्या कालखंडात आकारास आलेली स्वातंत्र्य, समता, बंधुता आणि न्याय ही उद्दिष्ट असणारी राजकीय व्यवस्था आहे. या व्यवस्थेत मनुष्य हा सर्व बाबींच्या केंद्रस्थानी असून, तो स्वतंत्र आहे आणि स्वतःचे भवितव्य त्याच्या हातात आहे, हा बुद्धिवादी विचारप्रवाह आधुनिक जगात मान्य झाला. मानवाच्या बौद्धिक

प्रगतीसाठी; सामाजिक, नैतिक उन्नतीसाठी त्याला धर्मबंधने तोडणे आवश्यक आहे. म्हणून धर्माच्या कक्षा निश्चित करून मानवी कल्याण साधण्यासाठी सेक्युलॅरिझम हे तत्त्व महत्त्वाचे आहे, म्हणून त्याचा अंतर्भाव घटनेमध्ये केला गेला.

भारतीय राज्यघटनेच्या निर्मिती वेळी जगातील अनेक घटनांचा संदर्भ घेतला गेला. याचा अर्थ प्रास्ताविकेमध्ये धर्मनिरपेक्ष हा शब्द येण्यापूर्वी घटना धर्मनिरपेक्ष नव्हती असे म्हणणे अत्यंत चुकीचे आहे. धर्मनिरपेक्ष राज्याची कल्पना पाश्चात्त्य परंपरेतून उगम पावली असली, तरी पाश्चात्त्य राज्य व्यवस्थेप्रमाणे तिचा अर्थ भारतीय घटनेत नाही. यामध्ये धर्म, व्यक्ती आणि शासन या तिन्ही बाबींचा विचार दोन्हींमधील संबंधात तिसऱ्या बाबीस वगळले आहे. म्हणजे धर्म आणि व्यक्ती यांमध्ये शासन असणार नाही, शासन आणि धर्म यांमध्ये व्यक्ती असणार नाही आणि शासन आणि व्यक्ती यांत धर्म असणार नाही! धर्म आणि व्यक्तीत राज्याचा हस्तक्षेप नसणे म्हणजे धार्मिक स्वातंत्र्य, तर राज्य आणि व्यक्ती यांच्यातील संबंध म्हणजे नागरिकत्व धर्मावर आधारित नसेल. महत्त्वाची बाब अशी, की राज्य आणि धर्म यांच्यातील संबंधांतून व्यक्तीस वेगळे ठेवले आहे. १९५५मध्ये अस्पृश्यता निवारण कायदा, हिंदू वारसा कायदा, हिंदू विवाह कायदा आदी कायदे पारित करण्यात आले.

राज्यघटना धर्मनिरपेक्ष आणि समाजवादी

धर्मनिरपेक्ष राज्यघटनात्मक यंत्रणेची आवश्यकता जवाहरलाल नेहरूंनी आणि आंबेडकरांनी घटना निर्माण होण्यापूर्वीच जाहीर केली होती. जवाहरलाल नेहरू १९५१मध्ये घटनेवरील टीकाकारांना उत्तर देताना म्हणाले होते, 'आधुनिक युगात विविध जातीधर्मांत व पंथांत विभागलेल्या देशाची निर्मिती धर्मनिरपेक्ष व्यवस्थेशिवाय अशक्य होईल, घटनेचा सारा हेतू जातिविहीन आणि वर्गविहीन समाजाकडे मार्गक्रमण करणे आहे.' घटनेचे शिल्पकार डॉ. बाबासाहेब आंबेडकर आणि घटना समितीत बहुमत असणाऱ्या पक्षाचे कार्यकारी प्रमुख, देशाचे पंतप्रधान जवाहरलाल नेहरू या दोन प्रमुख नेत्यांच्या लोकशाही, समाजवादी धर्मनिरपेक्ष व्यवस्थेच्या आग्रही मांडणीमुळे आणि तत्कालीन राजकारणातील सर्वच प्रमुख नेते हे समाजवादी आणि धर्मनिरपेक्ष विचारांचे असल्यामुळे आज भारतीय राज्यघटना धर्मनिरपेक्ष आणि समाजवादी आहे. भारतीय राज्यघटनेची प्रास्ताविका याच उत्तुंग ध्येयाशी सतत नाते सांगते आणि सर्व भारतीयांना जात-पंथ-धर्म-लिंग-वर्ण आणि जन्मठिकाण याच्या निरपेक्ष समानतेची संधी देण्याचे आश्वासन देते, जो समाजवाद आणि धर्मनिरपेक्षतेचा मूळ आत्मा आहे.

❖❖❖

'आपण राजकीय स्वातंत्र्य आणि समता प्राप्त केली आहे पण 'आर्थिक' आणि सामाजिक समानतेशिवाय ते अपुरे आहे.'

B. R. Ambedkar

२२

सामाजिक परिवर्तन आणि बाबासाहेब

बाबासाहेबांनी शेतकरी संघाची स्थापना करून शेतकऱ्यांच्या प्रश्नांवर १० जानेवारी १९३८ रोजी मुंबई कौन्सिलवर मोर्चा नेला. मजूरमंत्री असताना कामगार हिताचे कायदे केले. इतर मागासवर्ग आणि वर्गीकृत जातींच्या विकासासाठी १४०व्या कलमाची तरतूद केली. पण, याची अंमलबजावणी होत नाही हे पाहून कायदेमंत्रिपदाचाही राजीनामा दिला. आदिवासींच्या विकासासाठी आणि महिलांच्या उन्नतीसाठी त्यांनी घटनेत विशेष तरतुदी करून ठेवल्या. ओबीसींना आरक्षण मिळावे या मताचे ते होते.

- बी. व्ही. जोंधळे

डॉ. बाबासाहेब आंबेडकरांनी भारतीय समाजाच्या कल्याणास कृतिशील प्राधान्य दिले. धर्मनिरपेक्ष लोकशाही हा त्यांच्या राजकारण व समाजकारणाचा केंद्रबिंदू होता. बहिष्कृत हितकारिणी सभा असो की स्वतंत्र मजूर पक्ष असो या संस्थांच्या धोरणात सर्वसमावेशकता होती. विषमता हा भारतीय समाजव्यवस्थेचा मूलाधार आहे म्हणून या व्यवस्थेत बदल करून अस्पृश्यांना माणूस म्हणून उभे करण्याचे ध्येय त्यांनी नजरेसमोर ठेवले होते. १९१७मध्ये लिहिलेल्या 'कास्ट इन इंडिया' या शीर्षकाच्या निबंधात त्यांनी सामाजिक पुनर्रचनेची गरज व्यक्त केली. अन्न, वस्त्र, निवारा, उत्पादनाची साधने तसेच सत्ता, संपत्ती, प्रतिष्ठा मिळवायची तर आपण भौतिकदृष्ट्या स्वावलंबी व्हावे हा विचार त्यांनी मांडला.

स्वातंत्र्याबाबत स्वच्छ भूमिका

२० जुलै १९२४ रोजी स्थापन केलेल्या बहिष्कृत हितकारिणी सभेत सर्व जाती-धर्माच्या लोकांचा समावेश होता. सामाजिक कार्यकर्त्या तिस्ता सेटलवाड यांचे पणजोबा सर चिमणलाल सेटलवाड हे या समितीचे अध्यक्ष होते. समितीचे कार्यालय कामगार नेते ना. म. जोशी यांच्या परळच्या दामोदर हॉलमध्ये होते. या समितीत भाई अनंत चित्रे, गंगाधर सहस्रबुद्धे आदींचा समावेश होता. स्वतंत्र मजूर पक्षाचा जाहीरनामा क्रांतिकारी होता. त्यावेळच्या विधानसभेत स्वतंत्र मजूर पक्षाचे १४ आमदार निवडून आले होते. त्यात श्यामराव परुळेकर, भाऊसाहेब राऊत, गडकरी आदींचा समावेश होता. १९३८मध्ये आलेल्या काळ्या कायद्याविरुद्ध झालेल्या मुंबई बंद आंदोलनात बाबासाहेब सहभागी झाले होते.बाबासाहेब जातिव्यवस्थेचे प्रखर विरोधक होते. जातीमुळे राष्ट्रीय भावना नष्ट होऊन समाजात उच्चनीचता निर्माण होते; म्हणून ज्या जातिव्यवस्थेस धर्म व धर्मग्रंथांनी पावित्र्य बहाल केले ते धर्मग्रंथ नाकारून जाती मोडण्यासाठी आंतरजातीय विवाह झाले पाहिजेत हा जालीम उपाय त्यांनी सांगितला. बाबासाहेब स्वराज्यवादीच होते. पण, स्वातंत्र्यात आमचे स्थान काय, हा प्रश्न विचारून स्वातंत्र्यचळवळीस ते ताळ्यावर आणत होते. स्वातंत्र्याबाबत बाबासाहेबांची भूमिका स्वच्छ होती.

ब्राह्मणशाहीची व्याख्या

'जनता' साप्ताहिकात १० जानेवारी १९४५ रोजी लिहिलेल्या लेखात ते म्हणतात 'देशाकरिता लढायला पुष्कळ लोक आहेत. मात्र, अस्पृश्यासाठी आमच्याशिवाय लढायला कुणीही नाही. मी तर हेच काम करीत राहीन. ज्या कार्यात आठ कोटी पददलित व पिळल्या गेलेल्या लोकांचा उद्धार आहे. ते खरे स्वराज्य मिळविण्याचे

काम आहे. बाबासाहेबांचे अनेक सहकारी ब्राह्मण होते. संस्कृत पंडित चित्राव शास्त्री, कायदेतज्ज्ञ डॉ. कंगले, डॉ. टोपे हे त्यांचे चळवळीतील मित्र होते. रानडे, आगरकर, लोकहितवादी यांच्याविषयी त्यांना आदर होता. ज्या धर्मात अस्पृश्यांना माणूस म्हणून जगता येत नाही, त्यांचे हक्क नाकारले जातात, ज्या धर्मात समता, स्वातंत्र्य नाही, विषमता, अस्पृश्यता आहे, त्या धर्माला आम्ही आपला धर्म का मानावे हा त्यांचा एक बुद्धिनिष्ठ सवाल होता. बाबासाहेब धर्मांतराकडे तात्त्विक व सामाजिक परिवर्तनाच्या मानवतावादी दृष्टिकोनातून पाहत होते म्हणूनच त्यांनी समता, स्वातंत्र्य, बंधुभाव, प्रज्ञा, शील, करुणेचा पुरस्कार करणाऱ्या बुद्ध धम्माचा स्वीकार करून राष्ट्रहितास मारक ठरणार नाही असे धर्मांतर केले. बाबासाहेबांनी जनजागृतीसाठी एक प्रभावी माध्यम म्हणून पत्रसृष्टीचाही प्रपंच उभाराला. सामाजिक परिवर्तनाची चळवळ गतिमान करण्यासाठी छत्रपती शाहू महाराजांच्या मदतीने १९२०मध्ये त्यांनी *मूकनायक* सुरू केले. पुढे *बहिष्कृत* भारत, *जनता*, *समता*, *प्रबुद्ध* भारत या नियतकालिकांची निर्मिती करून समाजजागृतीचा दीप प्रज्वलित केला. अस्पृश्यांना त्यांची खरी ओळख करून देण्यासाठी 'शूद्र पूर्वी कोण होते?' या सारखा अप्रतिम, अजरामर ग्रंथही लिहिला. बाबासाहेब कामगार चळवळीकडेही सामाजिक आर्थिक परिवर्तनाचे एक साधन म्हणून पाहत होते. त्यांच्या मते, कामगार संघटन म्हणजे कामगारांच्या एका गटाने दुसऱ्या गटावर अन्याय करणे, वंश वा धर्मकारणाने परस्परात शत्रुत्व निर्माण करणे नव्हे. कामगार चळवळीचे भांडवलशाही व ब्राह्मणशाही हे दोन शत्रू आहेत हे सांगताना त्यांनी असेही स्पष्ट केले की, ब्राह्मणशाही म्हणजे कुणा एका जातीची सत्ता नव्हे तर स्वातंत्र्य, समता, बंधुभाव या तत्त्वत्रयींचा अभाव म्हणजे ब्राह्मणशाही होय.

संघटित धर्मांधतेचा धोका

बाबासाहेब राजकीय लोकशाहीचे रूपांतर सामाजिक लोकशाहीत व्हायला हवे असे सांगत होते. अहिंसा, विचार स्वातंत्र्य, हा लोकशाहीचा आत्मा असून, संघटित धर्मांधता हा लोकशाहीसमोरील मोठा धोका आहे. म्हणूनच त्यांनी भारतीय संविधानाद्वारा लोकांना स्वातंत्र्य, समता, बंधुता आणि सामाजिक न्याय बहाल करणारी उच्चतम मूल्ये संविधानात समाविष्ट केली. भारत हे बहुवांशिक, बहुधर्मीय, बहुसांस्कृतिक, बहुभाषिक राष्ट्र आहे. भारताची विविधता हे देशाचे वैशिष्ट्य आहे आणि देश टिकवायचा तर या विविधतेचे संरक्षण झाले पाहिजे, अशी बाबासाहेबांची धर्मनिरपेक्ष लोकशाहीविषयक धारणा होती. लोकशाही हा केवळ शासनप्रकार न ठरता तो जीवनमार्ग ठरावा असा बाबासाहेबांचा आग्रह होता. व्यक्तीच्या व्यक्तित्व विकासासाठी शिक्षणाची अत्यंत

गरज आहे, अशी बाबासाहेबांची शिक्षणविषयक धारणा होती. ८ जुलै १९४५ रोजी पीपल्स एज्युकेशन सोसायटीची स्थापना त्यांनी याच हेतूने केली. बाबासाहेबांनी सामाजिक परिवर्तनाची जी कृतिशील संकल्पना मांडली त्या संकल्पनेचे आज चिंतन मनन होण्याची खरी गरज आहे कारण बाबासाहेबांनी अपेक्षिलेले सामाजिक, राजकीय, शैक्षणिक परिवर्तन अजूनही दृष्टिपथात आलेले नाही.

विभाग ९

'जोपर्यंत आपण सामाजिक स्वातंत्र्य प्राप्त करत नाही तोपर्यंत कायद्याने आपल्याला जे काही स्वातंत्र्य दिले ते आपल्यासाठी उपयोगात नाही.'

— डॉ. बाबासाहेब आंबेडकर

"शेती उपजीविकेचे एकमेव साधन आहे आणि अजिबात जमीन नसण्यापेक्षा लहानसा का होईना, जमिनीचा तुकडा असावा,' अशी भारतीयांची धारणा आहे.'

२३

शेतकरी, अल्पभूधारकांचे तारणहार

'शेतीक्षेत्रावर अवलंबून असणारी फार मोठी लोकसंख्या आणि प्रत्यक्ष लागवडीखाली असणारी अत्यल्प जमीन यामुळे बेरोजगारी ठाण मांडते', असे डॉ. आंबेडकर म्हणत. ही बेरोजगारी दूर करण्यासाठी औद्योगिकीकरण हा महत्त्वाचा उपाय त्यांनी सांगितला. औद्योगिकीकरणामुळे श्रम-उत्पादकांना रोजगार मिळेल, शेतीचे उत्पादन वाढवण्यासाठी आधुनिक यंत्रसामग्री मिळेल, शेतीवरील भार कमी होईल, जमिनीची विभागणी कमी होईल आणि राष्ट्रीय उत्पादनात भर पडेल, शेती आणि शेतकऱ्यांचा दर्जा वाढेल. त्यामुळे औद्योगिकीकरण हाच भारतीय शेतीचे प्रश्न सोडवण्याचा खात्रीलायक उपाय आहे, असे प्रतिपादन त्यांनी केले.

- श्रीमंत कोकाटे

डॉ. बाबासाहेब आंबेडकरांनी शेतकरी, शेतमजूर, अल्पभूधारक, भूमिहीन या वर्गाच्या उत्थानासाठी रचनात्मक कार्य केले. त्यांनी १९१८मध्ये *Small Holdings in India and their Remedies* (भारतीय शेतीची लहान धारणक्षेत्रे आणि त्यावरील उपाय) हा शेतीप्रश्नावरील ग्रंथ लिहिला. डॉ. आंबेडकर हे मुळात अर्थतज्ज्ञ असल्यामुळे त्यांनी भारतीय शेती आणि शेतकऱ्यांच्या प्रश्नांचे शास्त्रशुद्ध पद्धतीने विश्लेषण केले आहे. 'धारणक्षेत्रे लहान-लहान तुकड्यांत विभागल्यामुळे उत्पादनखर्च वाढला; पण उत्पादकता वाढली नाही. त्यामुळे तुकडेजोड करून धारणक्षेत्राचा आकार वाढवणे अत्यावश्यक आहे. जमीन विभाजनाचे खरे कारण वारसाहक्क नसून, प्रचंड लोकसंख्यावाढ हे आहे,' असे मत त्यांनी मांडले.

औद्योगिकीकरण हाच उपाय

शेतीक्षेत्रावर अवलंबून असणारी फार मोठी लोकसंख्या आणि प्रत्यक्ष लागवडीखाली असणारी अत्यल्प जमीन यामुळे बेरोजगारी ठाण मांडते, असे डॉ. आंबेडकर म्हणतात. ही बेरोजगारी दूर करण्यासाठी औद्योगिकीकरण हा महत्त्वाचा उपाय त्यांनी सांगितला. औद्योगिकीकरणामुळे श्रमउत्पादकांना रोजगार मिळेल, शेतीचे उत्पादन वाढवण्यासाठी आधुनिक यंत्रसामग्री मिळेल, शेतीवरील भार कमी होईल, जमिनीची विभागणी कमी होईल आणि राष्ट्रीय उत्पादनात भर पडेल, शेती आणि शेतकऱ्यांचा दर्जा वाढेल. त्यामुळे औद्योगिकीकरण हाच भारतीय शेतीचे प्रश्न सोडवण्याचा खात्रीलायक उपाय आहे, असे प्रतिपादन त्यांनी केले.

'भारतीय शेती आणि शेतकऱ्यांपुढे भांडवलाचा तुटवडा ही मोठी समस्या आहे,' असे डॉ. आंबेडकर म्हणतात. भांडवलाअभावी शेतकऱ्यांना अनेक समस्यांना सामोरे जावे लागते. प्रसंगी कर्जबाजारीपणा येतो, लहान धारणक्षेत्र असणाऱ्या शेतकऱ्यांची शेती सावकार गिळंकृत करतात. या समस्येच्या निराकरणासाठी सामुदायिक शेतीचा पर्याय डॉ. आंबेडकरांनी सांगितला आहे. सामुदायिक शेतीमुळे अल्पभूधारक, शेतमजूर, आदिवासी, अस्पृश्य वर्ग सामावून घेतले जातील, राष्ट्रीय उत्पादनात वाढ होईल, जमीनदार आणि मजूर हा भेद नष्ट होईल आणि ऐक्यभावना वाढीस लागेल, अशी त्यांची भूमिका होती. यालाच डॉ. आंबेडकर राज्य समाजवाद (State Socialism) म्हणतात. शेतमजूर, शेतकरी आणि अस्पृश्य वर्गाचे शोषण नष्ट होऊन समता निर्माण व्हावी आणि आर्थिक सुबत्ता यावी यासाठी सरकारने सामुदायिक शेतीचा प्रयोग हाती घ्यावा, असे त्यांचे आग्रही प्रतिपादन होते.

शेतीला औद्योगीकरणाची जोड हवी

कोकणातील खोती पद्धतीमुळे खोत आणि कूळ (लहान शेतकरी) यांच्यात संघर्षाचे वातावरण निर्माण झाले होते. खोत शेतकऱ्यांचे शोषण करत असत. त्यांना खोतांच्या जोखडातून मुक्त करण्यासाठी डॉ. आंबेडकरांनी १७ सप्टेंबर १९३७ला मुंबईच्या कायदे मंडळात खोती पद्धती रद्द करून सामान्य शेतकरी आणि सरकार असा थेट संबंध यावा, अशी मागणी केली. स्वातंत्र्य मिळून ६८ वर्षे झाल्यानंतरही शेतकऱ्यांचे अनेक प्रश्न तसेच आहेत. शेतीमालाला योग्य भाव नाही, जलसिंचनाची कामे अर्धवट आहेत. शेतकऱ्यांच्या गुणवत्तेला डॉ. आंबेडकरांनी सांगितलेल्या औद्योगिकीकरणाची प्रभावी जोड मिळाली, तर शेतीत आमूलाग्र क्रांती होईल आणि राष्ट्रीय उत्पादनातही भर पडेल. हिमालयात वितळणाऱ्या नद्यांचे पाणी दक्षिणेतील नद्यांमध्ये सोडण्यासाठी नदीजोड प्रकल्प राबवण्याची भूमिका त्यांनी मांडली. रेल्वेमंडळाप्रमाणे जलमंडळ असावे, असे त्यांचे मत होते. शेतीला आणि शेतकऱ्यांना पाणी मिळावे, यासाठी त्यांनी जलनीती आखली.

देशाला जगवणारा शेतकरी आज आत्महत्या करत आहे. आत्महत्या रोखण्यासाठी शेतीपूरक किंवा शेतीवर आधारित उद्योगधंद्यांची निर्मिती करून शेतीवरील ६० टक्के लोकसंख्येचा भार ३० ते ४० टक्क्यांवर आणल्याशिवाय आत्महत्या रोखता येणार नाहीत. शेतकऱ्याला समस्यांच्या गर्तेतून बाहेर काढून त्याचा विकास साधण्यासाठी आंबेडकरांच्या कृषीधोरणाची आज नितांत गरज आहे.

'शेतकऱ्यांना कृषिशिक्षण आणि आधुनिक तंत्रज्ञानाचे शिक्षण दिले जावे. यातूनच शेतकरी स्वावलंबी व आत्मनिर्भर बनू शकेल.'

B.R.Ambedkar

२४

शेती आणि पाण्याचा प्रश्न

महाराष्ट्र प्रागतिक राज्य म्हणून प्रसिद्ध आहे. पाण्याचा हिशेब मांडण्यातही आपण आघाडीवर आहोत. १९९८च्या 'चितळे आयोगा'च्या शिफारशीत बाबासाहेबांच्या विचारांचे प्रतिबिंब दिसते. अत्यंत महत्त्वाची ९ क्रमांकाची शिफारस असून त्यामध्ये, 'महाराष्ट्रातील जलसंपत्तीच्या विकासाचे नियोजन व व्यवस्थापन उपखोऱ्यांनिहाय करावे', असे नमूद केले आहे. महाराष्ट्रात एकूण मोठी खोरी ५, उपखोरी २५, तर पाणलोट १५०० आहेत. भूजल सर्वेक्षण यंत्रणा व जलसंधारण खात्यामार्फत ४३ हजारांवर लघुपाणलोट करून गावनिहाय योजना करणे सुरू आहे. 'जलयुक्त शिवार' त्याचाच भाग. याच योजनेअंतर्गत भारत जलसमस्येतून मुक्त झाला तर बाबासाहेबांना 'जलसमस्या मुक्तीचा उद्गाता' असा किताबही मिळाल्याशिवाय राहणार नाही.

- डॉ. रमेश पांडव

डॉ. बाबासाहेब आंबेडकर यांच्यासारखा देशाचा म्हणजेच राष्ट्रहिताचा, समग्र समस्यांचा विचार करणारा राष्ट्रपुरुष दुसरा झाला नाही. अनुसूचित जाती-जमाती समाजाच्या समस्या ही अग्रक्रमावर होती हे खरे; पण ती सोडवितानाही राष्ट्रहिताच्या चौकटीत किंबहुना राष्ट्राच्या हितासाठीच सोडविणे आवश्यक कसे होते याची मांडणी त्यांनी वारंवार केली आहे. १९३०मध्ये त्यांनी केलेली स्वराज्याची मागणी, घटनेची आवश्यकता, एक राज्य-एक भाषा, महिलांची सुरक्षितता, कामगारांचे लढे, अल्पसंख्याकविषयक विचार, शिक्षण, उद्योगधंदे, चलन विषयाचा विचार, धर्मसुधारणा, सामाजिक समता, कायदे सुधारणा आणि कितीतरी... शेतीप्रधान देशात शेती व पाणी हा विषय तरी त्यांच्या नजरेतून कसा सुटेल? बाबासाहेबांच्या सार्वजनिक जीवनाच्या प्रारंभापूर्वींच या विषयावरचे त्यांचे चिंतन सुरू झाले होते.

जमिनीचे एकत्रीकरण अशक्य

१९१८च्या सुमारास म्हणजे १९२४च्या आधी सहा वर्षे (बहिष्कृत हितकारिणी सभेची स्थापना १९२४ची) त्यांनी भारतातील लहान जमिनी आणि तद्विषयक उपाययोजना हा प्रबंध पूर्ण केला. हा प्रबंध प्रक्षोभक असल्याचे मत काही लेखक नोंदवितात. याचाच अर्थ शेती आणि शेतकरी याविषयीची बाबासाहेबांची भावना किती तीव्र होती हे सिद्ध होते. त्याच काळात 'बडोदा समिती'ने आपले म्हणणे प्रसिद्ध केले होते. त्याच्यावर कडक; पण विधायक टीका करून बाबासाहेब म्हणतात, ''जोपर्यंत जमीन कसणे ही गोष्ट अधिक लाभदायक आहे असे वाटेल तोपर्यंत जमिनीचे एकत्रीकरण शक्य होणार नाही, ही गोष्ट निर्विवाद आहे म्हणून औद्योगिकीकरणानंतर जमिनीचे एकत्रीकरण झाले नाही तरी मोठे तुकडे होण्याची सुलभता वाढेल.''

अलीकडे हे सिद्ध झाले आहे, की साधारणपणे ५ एकर जमीन आधुनिक तंत्राचा उपयोग करून केल्यास ५ जणांचे कुटुंब सुखपूर्वक राहू शकते; मात्र त्यात काही अंशाला तरी पाण्याची आवश्यकता आहेच. निसर्गावर शेती सोडून दिल्यास काय वाताहत होते हे आपण अनुभवतो आहोत; परंतु गेल्या काही वर्षांत राबविण्यात येणारी 'जलयुक्त शिवार' योजना ही मात्र फायदेशीर ठरत आहे. या योजना राबविल्यानंतर महाराष्ट्रातील विद्यापीठीय संस्थानी केलेल्या सर्वेक्षणानुसार शेकडो गावांमध्ये आमूलाग्र प्रगती झाल्याचे आढळले आहे.

१९३०च्या गोलमेज परिषदेत सर्वांत मोठा भारतीय घटक काँग्रेस अनुपस्थित राहिली; पण बाबासाहेबांनी मात्र दिव्य प्रतिभेने अखंड उद्यमशीलतेने स्पष्ट; पण काहीशा कठोर शब्दांत लोकांनी लोकांकरिता चालविलेले राज्य मागितले. ब्रिटिशांचे राज्य येऊन शंभर

डॉ. बाबासाहेब आंबेडकर, श्रीमती जगजीवनराम,
वि.वि. गिरी एका परिषदेला उपस्थित होते.

वर्षे उलटली तरी परिस्थितीत काही बदल झाला नसल्याचे मुख्य प्रधान मॅक्डॉनल्ड यांच्या नजरेस आणून दिले. ब्रिटिश मुत्सद्दीही गांगरले. त्यांच्या क्रांतिकारक दूरदृष्टीमुळे विरोधक वाढले, तर साहाय्यकर्ता बडोदा नरेश श्रीमंत सयाजीराव गायकवाड महाराज गहिवरले. 'असले सरकार काय कामाचे?' असे ठणकावून सांगून ते पुढे म्हणतात, 'भारतातील भांडवलदार कामगारांना किमान वेतन देत नाहीत. जमिनदार शेतकरीवर्गाला पिळून काढीत आहेत. हे सरकारला माहीत आहे. ही सामाजिक दुष्कृत्ये सरकार नाहीशी करीत नाही. आम्हाला असे सरकार पाहिजे, की जे देशाचे खरे हित निष्ठापूर्वक साधेल. न्याय आणि निकडीचे असे सामाजिक आणि आर्थिक प्रश्न कुणाच्याही रागालोभाची पर्वा न बाळगता सोडवील.'

१३ एप्रिल १९२९ रोजी कोकणातील एका कार्यक्रमात बोलताना ते म्हणतात, 'आपण खोती पद्धतीच्या उच्चाटनासाठी पडतील ते श्रम घेणार आहोत. जर तुम्ही कोकणात दलितांच्या जागृतीकरता आलात तर तुम्हास गोळी घालून ठार मारू, अशी धमकीची पत्रे मला आली आहेत. मनुष्य मरणाधीन आहे; परंतु प्रत्येकाने स्वाभिमानाच्या तत्त्वासाठी व मनुष्यजातीस चांगले दिवस यावेत म्हणून देह ठेवण्यातच खरे शौर्य आहे. आपण पतित नसून खरे क्षत्रिय आहोत. स्वाभिमानशून्य व देशाभिमानशून्य जिणे जगणे यासारखी दुसरी निंद्य गोष्ट नाही.'

'खोतीच्या जाचातून ज्यांना मुक्तता करून घ्यायची असेल त्यांनी स्थलांतर करावे, त्यांच्यासाठी एखाद्या दूरच्या संस्थानात लागवडीकरिता जमिनी मिळवून देण्याचा आपण प्रयत्न करू.' १४ एप्रिल १९२९ रोजीच्या शेतकऱ्यांच्या परिषदेचे अध्यक्षस्थानही

त्यांनी भूषविले होते. त्यात ते म्हणतात, 'माझा जन्म सर्वसाधारण जनतेची जबाबदारी घेण्यासाठी असावा. मला तुमची गाऱ्हाणी माहीत आहेत. खोती तुमच्या रक्ताचे शोषण करीत आहे. ही पद्धती नष्ट केली पाहिजे. तरच तुम्हाला शांतता व समृद्धी लाभेल. चार-पाच वर्षांनी भारताच्या हाती आपल्या भवितव्याची सर्व सूत्रे मिळण्याचा संभव आहे. त्या वेळी तुम्ही तुमचे खरे प्रतिनिधी विधिमंडळावर पाठविण्याची दक्षता घ्या.'

उत्पादनाच्या अन्य साधनांवर अवलंबून

१९२७मध्ये लघुभूधारकांच्या हिताच्या रक्षणासाठी एक बिल आणले गेले. बाबासाहेब म्हणतात, 'शेतीच्या आकारापेक्षा उत्पादनाच्या अन्य साधनांवर शेतजमीन उत्पादक की अनुत्पादक हे अवलंबून आहे. जर शेतकऱ्यांकडे पुरेसे मजूर आणि भांडवल असूनही उत्पादन घाट्याचे झाले तर लघुशेती घाट्याची आहे, असे म्हणणे योग्य होईल.' मजूर आणि त्याहूनही भांडवल कमी असल्याचे बाबासाहेबांनी निदर्शनास आणून दिले. 'एका कुटुंबाला पुरेल इतके अन्न आणि जीवनमानाचा स्तर राखेल इतके धन ज्या आकाराच्या शेतीतून मिळेल तो आकार आदर्श मानला पाहिजे.' हा युक्तिवाद नाकारून ते म्हणतात, 'परतावा तपासला पाहिजे. गुंतवणुकीपेक्षा उत्पन्न अधिक असेल तरच व्यवसाय फायद्याचा असे मानले पाहिजे; तसेच शेतीवर अवलंबून असणाऱ्यांची संख्याही कमी असली पाहिजे,' असे मत ते मांडतात. हा अतिरिक्त भार औद्योगिकीकरणाकडे लावला पाहिजे. औद्योगिकीकरणातून आलेले शिल्लक भांडवल शेतीकडे वापरले पाहिजे.

पाण्याचे मूलभूत चिंतन

आपल्या देशात २० नद्यांची मोठी खोरी आहेत. महाराष्ट्रात त्याहून छोट्या नद्यांची २५ खोरी आहेत. काही नद्या एकाच प्रांतात उगम पावून त्याच प्रांतात समुद्राला मिळतात. तर काही नद्या दोन-तीन प्रांतांतून वाहतात. नद्यांच्या पाण्याचा वाटा, धरणे त्यांची देखभाल, कालव्यांचे जाळे, फायदे यांचे नियमन, दुरुस्ती हा किचकट प्रश्न असतो. राजकीय रचनांमुळे त्यात प्रश्न निर्माण होतात. पाण्याला जिल्ह्याच्या, प्रांताच्या सीमा कळत नाहीत. नदीचे खोरे स्वाभाविक म्हणजे नैसर्गिक असते. त्या स्वभावाचा उपयोग करूनच योजना राबविल्या पाहिजेत. बाबासाहेबांनी अमेरिकेत 'टेनेसी' व्हॅली पाहिली, अभ्यासली होती.

२३ ऑगस्ट १९४४ रोजी कलकत्त्याच्या आपल्या भाषणात ते म्हणतात, 'त्या खोऱ्यात राहणाऱ्या तळातल्या उपभोक्त्याला पाण्याचा फायदा होतो आहे की नाही हे राज्यांनी पाहणे भारत सरकारला अपेक्षित आहे. ३ जानेवारी १९४४ रोजी टेनेसी

व्हॅलीच्या धर्तीवर भारताचे केंद्र शासन अमेरिकेप्रमाणे काम करू इच्छिते, प्रांताप्रांतांचे सहकार्य मात्र अपेक्षित आहे.'

सिंचन खात्याचा अतिरिक्त कारभार हाती आल्याबरोबर त्यांनी दामोदर आणि महानदी यांच्या पुरांचा प्रश्न हाती घेतला. पुराचे पाणी पसरे व जनजीवन विस्कळित होई. भारतातील सर्व पाण्याचाही विचार त्यांनी लगोलग अधिकाऱ्यांसमोर ठेवला. ते म्हणतात, ''विभागीय हितसंबंधांचे बिंदू व त्यांच्या विरोधाभासी विचारांना बाजूला ठेवून निश्चयाने गरिबी निर्मूलनाच्या उद्देशाने एका नवीन धोरणाचा पाया आखला जाईल अशी आशा करतो.'' महानदी, ब्राह्मणी, वैतरणी या नद्या ६०,००० चौ.मैलाच्या प्रदेशातून पाणी आणतात. एकूण १,११,०१३ दशलक्ष घ.मी. एवढे पाणी समुद्रात नेऊन टाकतात. (जायकवाडीची क्षमता २९०० दशलक्ष घ.मी. आहे.) बाबासाहेबांनी १८७२, १९२८, १९३७, १९३९, १९४५ या समित्यांचा अभ्यास केला. ते म्हणतात, 'पाणी जास्त आहे आणि पावसाळ्यात समुद्राकडे जाऊ द्यावे हे मत चुकीचे आहे. त्या पाण्याची जनतेच्या उपयोगितेकरिता साठवण करणे हे अपरिहार्य आहे. बहुउद्देशीय योजना आखणे जरुरीचे आहे. मला वाटते की हीच एकमेव पद्धत अवलंबावी व तातडीने कार्यक्रम हाती घ्यावे.' त्याप्रमाणे त्यांनी सेंट्रल वॉटर कमिशनची स्थापना केली आणि लगोलग दामोदर व्हॅली कॉर्पोरेशन अस्तित्वात आणले.

नद्या-जोड प्रकल्प हवे

त्याचबरोबर १९४५मध्ये नदीखोरे हे एकात्मिक विकासाचे एकक धरावे असे फर्मावले. कृष्णा, कोयना, गोदावरी, तापी यांतील पाणी वाया जाऊ नये म्हणून त्यांचे जोडनद्या प्रकल्प असावेत, असेही सुचविले.

ज्याप्रमाणे रेल्वेमार्ग प्रांताच्या अंतर्गत न येता देश जोडतात, तसेच जलमार्गांचेही व्हावे, अशी अपेक्षा त्यांनी व्यक्त केली. होणाऱ्या नुकसानीसंबंधी ते म्हणतात, 'राज्यांना वीज हवी असते; मात्र तिचे निर्मिती केंद्र दुसऱ्या राज्यात असते; जर दुसऱ्या राज्याला वीजनिर्मितीत रस नसेल तर किंवा त्यांच्याकडे पैसे नसतील तर प्रांत स्वायत्ततेच्या नावाखाली अमैत्रीपूर्ण दृष्टिकोन बाळगला जातो.'

घटना लेखन समितीचे प्रमुख झाले तेव्हा जलव्यवस्थापनेसंबंधी २४२ व २६९ क्रमांकाची कलमे त्यात घातली. आता पाणी हा विषय राज्यांकडे आला आहे. केंद्राकडेच राहिला असता तर कावेरी जलविवादासारखे प्रश्न चिघळले नसते. भविष्यात जलधोरणात बाबासाहेबांच्या या विचारांचा अंतर्भाव पाहायला मिळतो.

'डॉ. बाबासाहेब आंबेडकर यांचा नवीन जलधोरण आणि विद्युत धोरण ठरविण्यात सिंहाचा वाटा होता आणि सिंचन, जलमार्ग आणि सांडपाणी व्यवस्था यासंबंधी दूरदर्शी धोरण.'

B. R. Ambedkar

२५

जलतज्ज्ञ बाबासाहेब

ऊर्जा, पाटबंधारे खात्यासह बाबासाहेबांकडे डझनभर खाती होती. पाणी आणि वीज याबाबत केलेले काम पुढची पन्नास वर्षे पाहून केलेले होते. त्यामध्ये 'दामोदर व्हॅली', 'महानदी डॅम', 'सोनघाटी बांध', 'तुंगभद्रा डॅम', 'भाक्रा नांगर', 'हिराकूड प्रकल्प' असे प्रकल्प त्यांनी हाती घेऊन त्याची पायाभरणी करून चार वर्षांतच पूर्ण केले. त्यांनी केंद्रीय ऊर्जा आयोगाची स्थापना केली. यापूर्वी भारतातील एकाही व्यक्तीने अशी कल्पनाही केली नसेल. त्यांच्याच पावलावर पाऊल ठेवून आज अनेक योजना लागू केलेल्या आहेत.

- पद्माकर उखळीकर

बाबासाहेब आंबेडकर समाजसुधारक होते, राजकारणी होते, विचारवंत होते, लेखक होते, अर्थतज्ज्ञ होते, हे आपल्याला माहिती आहे. सोबतच बाबासाहेब थोर जलतज्ज्ञही होते. मात्र, खेदाची बाब म्हणजे बाबासाहेबांनी सांगितलेले पाण्याचे महत्त्व आणि व्यवस्थापन अजूनही सरकारने कृतीत आणले नाही. ज्या बाबासाहेबांना याच देशात पाणी पिण्यासाठी सत्याग्रह करावा लागला, तेच बाबासाहेब संपूर्ण भारताची जलनीती ठरवतात. ती पूर्णत्वास नेतात, हे आश्चर्य वाटण्यासारखे आहे.

जल-आयोगाची स्थापना

शेती आणि तिच्या विकासासाठी बाबासाहेबांनी जल-आयोगाची स्थापना केली, हे सर्वश्रुत आहे. आपण थोडे मागे जाऊन विचार केला तर मनुष्यवस्ती ही पाण्याच्या ठिकाणी वसलेली दिसते. पाणी आहे तर जीवन आहे. असेही बोलले जाते की, तिसरे युद्ध होईल ते पाण्यामुळेच. पूर्वी राजे-महाराजांच्या काळातही पाण्यामुळे लढाया झाल्याच्या काही नोंदी आहेत. दिवसेंदिवस पाणी ही समस्या जागतिक समस्या होत आहे. पण, अजूनही पाण्याबाबत आपण गंभीर नाही. पाण्याचे नियोजन नाही. त्यामुळे पाणीटंचाईला सामोरे जावे लागते. पावसाळ्यात पडणाऱ्या पाण्याचे अयोग्य व्यवस्थापन किंवा नियोजन न केल्यामुळे दिवसेंदिवस ही समस्या अधिक गंभीर होत आहे. हे आपण अनुभवतो. भारताच्या काही प्रदेशांत महापूर येतो तर काही भागात पिण्याच्या पाण्यासाठी वणवण भटकावे लागते.

केंद्रीय ऊर्जा आयोगाची स्थापना

महाराष्ट्रात गेल्या चार-पाच वर्षांत पिण्याच्या पाण्यासाठी पायपीट करावी लागत होती. एकीकडे पाणीटंचाई तर दुसरीकडे महापुराचे थैमान ही परिस्थिती डॉ. बाबासाहेब आंबेडकर यांनी त्यावेळी लक्षात घेऊन नद्याजोड प्रकल्प राबवण्याची संकल्पना मांडली. आजतागायत कोणत्याही सरकारला ही योजना पूर्णत्वास नेता आली नाही. ही मोठी शोकांतिका आहे. वर्ष १९४२ ते १९४६ च्या काळात बाबासाहेब 'व्हाइसरॉयच्या एक्झिक्युटिव्ह कौन्सिल'चे सदस्य होते. म्हणजे ते केंद्रीय कॅबिनेट मंत्री असताना त्यांनी जलसाक्षरता यावर विशेष लक्ष दिल्याचे आपल्या लक्षात येईल. ऊर्जा, पाटबंधारे खात्यासह बाबासाहेबांकडे डझनभर खाती होती. पाणी आणि वीज याबाबत केलेले काम पुढची पन्नास वर्षे पाहून केलेले होते. त्यामध्ये 'दामोदर व्हॅली, महानदी डॅम, सोनघाटी बांध, तुंगभद्रा डॅम, भाक्रा नांगर, हिराकूड प्रकल्प' असे प्रकल्प त्यांनी हाती घेऊन त्याची पायाभरणी करून चार वर्षांतच पूर्ण केले. त्यांनी केंद्रीय ऊर्जा

आयोगाची स्थापना केली. यापूर्वी भारतातील एकाही व्यक्तीने अशी कल्पनाही केली नसेल. त्यांच्याच पावलावर पाऊल ठेवून आज अनेक योजना लागू आहेत. परंतु, डॉ. बाबासाहेब आंबेडकर यांचे नाव किंवा ही त्यांचीच देण आहे असे कोणतेच सरकार सांगत नाही. ही किती शोकांतिका आहे.

नद्या-जोड प्रकल्प संकल्पना

बाबासाहेबांचा नदीजोड प्रकल्प फारसा कुणी मनावर घेतला नसल्याने दिसते. भारतातील १५ प्रकल्पांची पायाभरणी बाबासाहेबांनी केली. देशातील प्रमुख मोठ्या दुष्काळ पडणाऱ्या नद्या जोडल्या पाहिजेत आणि नदीजोड प्रकल्प राबविण्याची योजना बाबासाहेबांनी मांडली. उद्योगासाठी, प्रवासासाठी, वॉटर पार्क म्हणजे पाण्याचे पर्यटन यासाठी, पिण्यासाठी पाणी, पाण्यापासून वीजनिर्मिती याबद्दल डॉ. बाबासाहेब आंबेडकर यांनी विचार मांडले आहेत. मुळात यापूर्वी अशी संकल्पना कुणीच मांडली नव्हती. ज्या बाबासाहेबांना याच देशात पाणी पिण्यासाठी सत्याग्रह करावा लागला, तेच बाबासाहेब संपूर्ण भारताची जलनीती ठरवतात. ती पूर्णत्वास नेतात, हे आश्चर्य वाटण्यासारखे आहे. सध्याच्या केंद्र सरकारने नदीजोड प्रकल्प हाती घेतला. मात्र, अजूनही प्रत्यक्षात काम कोठे दिसत नाही. हा प्रकल्प पूर्णत्वास नेणे, हे बाबासाहेबांना कृतिशील अभिवादन ठरले.

लेखकांचा परिचय

- **दयानंद माने** : सकाळच्या मराठवाडा आवृत्तीचे निवासी संपादक. गेली तीस वर्षांहून अधिक काळ पत्रकारितेत कार्य. उस्मानाबाद येथील लोकप्रबोधिनी, लोकप्रतिष्ठान अशा सामाजिक संस्थांद्वारे भूकंपग्रस्त भागात काम. महिला व मुलांचे सक्षमीकरण व इतर सामाजिक कार्यात सहभाग. सकाळच्या वतीने सामाजिक व राजकीय वार्तांकनासाठी बिहार व आंध्र प्रदेश राज्यात दौरा. डॉ. बाबासाहेब आंबेडकर यांच्या १२५ व्या जयंतीनिमित्त 'सकाळ'तर्फे २०१७मध्ये प्रसिद्ध झालेल्या 'भीमा तुझ्या जन्मामुळे...' या पुरवणीचे संपादन व समन्वय केले होते. त्याचबरोबर राजर्षी शाहू महाराजांचे कार्य व डॉ. आंबेडकरांची पत्रकारिता या विषयाचे ते अभ्यासक व व्याख्याते आहेत. सध्या ते छत्रपती संभाजीनगर येथे असतात.

- **प्रा. देवेंद्र इंगळे** : जळगावच्या मूळजी जेठा महाविद्यालयात सामाजिकशास्त्र प्रशाळेचे संचालक, इतिहासाचे विभागप्रमुख व प्राध्यापक म्हणून कार्यरत होते. *'परिवर्तनाचा वाटसरू'* या वैचारिक व संशोधनपर नियतकालिकाचे कार्यकारी संपादक, विविध नियतकालिकांत वैचारिक व संशोधनपर लेख प्रकाशित, विद्यार्थी दशेपासून वैचारिक व सामाजिक प्रबोधन तसेच मानवी हक्क चळवळीत कार्यरत.

- **डॉ. यशवंत मनोहर** : आंबेडकरी कवी, समीक्षक आणि विचारवंत. उत्थानगुंफा या पहिल्याच कवितासंग्रहामुळे अमाप लोकप्रियता. *कालचा पाऊस आमच्या गावात आलाच नाही*, ही त्यांची विशेष गाजलेली कविता. *जीवनायन, युगांतर, स्वप्नसंहिता* असे काही काव्यसंग्रह. समीक्षाग्रंथांसह वैचारिक निबंध, कादंबरी, प्रवासवर्णन आणि पत्रसंग्रहही प्रकाशित. आंबेडकरवादी आस्वादक समीक्षा, आंबेडकरवादी मराठी साहित्य,

आंबेडकरी चळवळ आणि साहित्य, दलित साहित्यचिंतक, दलित साहित्य : सिद्धान्त आणि स्वरूप, नवे साहित्यशास्त्र, परिवर्तनवादी जीवनमूल्ये आणि वाङ्मयीन मूल्ये असे समीक्षाग्रंथ. सर्वच साहित्य प्रकारात त्यांचे विपुल लेखन. महाराष्ट्र शासन, महाराष्ट्र फाउंडेशन, मारवाडी फाउंडेशनच्या पुरस्कारांसह अनेक प्रतिष्ठित पुरस्काराने गौरविण्यात आले आहे.

- **डॉ. गंगाधर पानतावणे** : आंबेडकरी चळवळीतील ज्येष्ठ दिवंगत विचारवंत. कवी मनाचे व्यासंगी समीक्षक, अभ्यासक. लेखक, शिक्षक, प्राध्यापक. राष्ट्रपती पुरस्कृत *'पद्मश्री'* या पुरस्काराचे मानकरी, डॉ.बाबासाहेब आंबेडकर मराठावाडा विद्यापीठाच्या मराठी विभागाचे माजी प्रमुख, दलित चळवळीवर अतुल्य अशा साहित्याची निर्मिती, *'अस्मितादर्श'* नियतकालिक व चळवळीचे प्रणेते, सॅनहोजे येथील पहिल्या जागतिक मराठी साहित्य संमेलनाचे अध्यक्ष. अनेक पुरस्कारांचे मानकरी.

- **डॉ. सुधीर गव्हाणे** : छत्रपती संभाजीनगर येथील ज्येष्ठ प्राध्यापक, विचारवंत व अभ्यासक. उच्च शिक्षण, माध्यम क्षेत्रातील ज्येष्ठ तज्ज्ञ अभ्यासक, डॉ.बाबासाहेब आंबेडकर मराठवाडा विद्यापीठाच्या पत्रकारिता विभागाचे माजी प्रमुख, नाशिकच्या यशवंतराच चव्हाण मुक्त विद्यापीठाचे माजी कुलगुरू. तीन दशकांपासून विद्यापीठ शिक्षण व संशोधनात कार्य, नॅक कमिटीचे अनेक वर्षांपासून सदस्य, डॉ. आंबेडकर विद्यापीठात मुक्त व दूरस्थ शिक्षण विभागाचे संचालक, बाबासाहेबांवरील बारा संशोधनपर ग्रंथ प्रकल्पाचे समन्वयक.

- **बाबा गाडे** : छत्रपती संभाजीनगर शहरातील ज्येष्ठ पत्रकार, *'महानायक'* हे वर्तमानपत्र व वेबपोर्टलचे संपादक, आंबेडकरी विचारांचे अभ्यासक. दलित, बहुजन वर्ग, सामाजिक न्याय व मानवी हक्कांचे आग्रही पुरस्कर्ते, समीक्षात्मक लेखन, माध्यम व मनोरंजन क्षेत्रातील तज्ज्ञ, सामाजिक शास्त्रे व पत्रकारितेची पदवीप्राप्त अभ्यासक.

- **प्रा. रविचंद्र हडसनकर :** ज्येष्ठ कवी, साहित्यिक, मराठीचे सेवानिवृत्त प्राध्यापक, अनेक कविता व कथासंग्रह प्रकाशित. विभागीय व राज्य पातळीवरील अनेक साहित्य व काव्य संमेलनांचे अध्यक्ष तसेच उत्तम कविता व कथांचे सादरीकरण, आंबेडकरी चळवळीत प्रत्यक्ष सहभाग, अनेक मासिके, साप्ताहिके व वृत्तपत्रांत स्फुटलेखन.

- **बी. व्ही. जोंधळे :** छत्रपती संभाजीनगर येथील आंबेडकरी चळवळीचे अभ्यासक व मुक्त पत्रकार, १९७०च्या दशकांपासून महाराष्ट्रातील सर्व दैनिकांत दलित चळवळीवर लेखन, पाचशेच्या वर लेख प्रसिद्ध . *'समकालिन दलित चळवळ,' 'फुले आंबेडकरी धर्मसंकल्पना'* (संपादन), *'दलित चळवळ : अंतरंग व अंतर्विरोध'* या पुस्तकांचे लेखक

- **डॉ. जनार्दन वाघमारे :** उच्चशिक्षण क्षेत्रातील तज्ज्ञ व्यक्तिमत्त्व, नांदेडच्या स्वामी रामानंद तीर्थ मराठवाडा विद्यापीठाचे माजी कुलगुरू, राज्यसभेचे माजी खासदार, लातूरचे माजी नगराध्यक्ष, निग्रो साहित्याचे भाष्यकार, इंग्रजी साहित्याचे प्राध्यापक, दलित व पुरोगामी साहित्य चळवळीचे अभ्यासक, लातूरच्या राजर्षी शाहू महाविद्यालयाचे ते माजी प्राचार्य. मराठी व इंग्रजी विषयांत साहित्यनिर्मिती, *'अमेरिकन निग्रो : साहित्य आणि संस्कृती'* हा पहिला ग्रंथ. याशिवाय *'आजचे शिक्षण : स्वप्न आणि वास्तव,' 'दलित साहित्याची वैचारिक पार्श्वभूमी,' 'बदलते शिक्षण : स्वरूप व समस्या,' 'चिंतन एका कुलगुरूचे'* आदी महत्वपूर्ण पुस्तकांचे लेखन.

- **प्रा.डॉ.बी.ए. चोपडे :** आंतरराष्ट्रीय दर्जाचे शिक्षणतज्ज्ञ, डॉ.बाबासाहेब आंबेडकर मराठवाडा विद्यापीठाचे माजी कुलगुरू, उच्च दर्जाचे प्रशासक, इंग्रजी व मायक्रोबायोलॉजी विषयांतील तज्ज्ञ, राष्ट्रीय-आंतरराष्ट्रीय सन्मान, पुरस्कार प्राप्त.

- **डॉ. रवींद्र बेम्बरे :** देगलूर येथील लवै. धुंडा महाराज देगलूरकर महाविद्यालयात मराठी विषयाचे प्राध्यापक म्हणून कार्यरत. 'संत तुकारामांचा संत विषयक दृष्टिकोन : एक अभ्यास' आणि 'नैसर्गिक आपत्तीत मराठी संतांचे मनोविज्ञान : एक अभ्यास' (विशेष संदर्भ : संत तुकाराम आणि रामदास) या विषयावर संशोधन प्रकल्प सादर केले आहेत. मराठी संत साहित्य आणि आधुनिक साहित्यावर सहा ग्रंथ प्रकाशित झाले असून दोन ग्रंथाचे संपादन केले आहे. विविध मान्यताप्राप्त नियतकालिके आणि संपादित ग्रंथातून शंभर लेख प्रकाशित. *महाराष्ट्र टाइम्स, सकाळ, देशोन्नती, तरुण भारत, पुण्यनगरी, एकमत, गावकरी,* अशा विविध वर्तमानपत्रातून ७५ लेख प्रकाशित. महात्मा गांधी हिंदी आंतरराष्ट्रीय विश्वविद्यालय, वर्धा येथे मराठी अभ्यास मंडळ सदस्य म्हणून कार्यरत आहेत.

- **प्रा. केशव देशमुख :** मराठी लेखक, कवी, समीक्षक. मराठी भाषेचे अभ्यासक व प्राध्यापक, स्वामी रामानंद तीर्थ मराठवाडा विद्यापीठाच्या मराठी विभागाचे प्रमुख, अनेक कविता संग्रह, लेखसंग्रह, संपादन, पुस्तकलेखन, अनेक संस्थांचे सदस्य आणि अनेक संस्थांचे पुरस्कार प्राप्त.

- **ताराचंद खांडेकर :** ज्येष्ठ आंबेडकरी साहित्यिक व विचारवंत. सामाजिक कार्यकर्ता म्हणून त्यांच्या कार्याचा विशेष ठसा. डॉ. बाबासाहेब आंबेडकर चरित्र साधने प्रकाशन समितीचे सदस्य. डॉ. बाबासाहेब आंबेडकर यांच्या भंडारा लोकसभा निवडणुकीच्या वेळी प्रचारात सहभाग. भूमिहीनांच्या सत्याग्रहात सहभाग. रिपब्लिकन विद्यार्थी फेडरेशनमध्ये काम. *'मुक्तिवाहिनी'* या विचारवंतांच्या चळवळीचे बौद्धिक प्रमुख. अस्मितादर्श साहित्य संमेलनाचे माजी अध्यक्ष. *'आंबेडकर तत्त्वज्ञान : प्रचिती आणि अविष्कार'* हा त्यांचा विचारग्रंथ. *'दलितांचे धर्मांतर : एक मीमांसा,' 'दलितांचे राजकारण : दशा आणि दिशा'* या ग्रंथांचे लेखन.

- **डॉ. शैलेंद्र देवळाणकर :** आंतरराष्ट्रीय संबंध व परराष्ट्र धोरणाचे विश्लेषक, राज्याचे नवे उच्च शिक्षण संचालक, मुंबई विद्यापीठाचे माजी प्रभारी कुलसचिव, राज्य सरकारच्या अमरावती येथील प्री-आयएएस प्रशिक्षण केंद्राचे माजी संचालक आहेत. सकाळ प्रकाशनाच्या वतीने *भारताचे परराष्ट्र धोरण : नवीन प्रवाह* हे पुस्तक प्रकाशित झाले आहे.

- **प्रा.डॉ. गौतम कांबळे :** पुण्यश्लोक अहिल्यादेवी होळकर विद्यापीठाचे प्र- कुलगुरू व सामाजिक शास्त्र विभागाचे संचालक, अर्थशास्त्र विषयाचे व्यासंगी अभ्यासक, डॉ. बाबासाहेब आंबेडकर यांच्या अर्थविषयक ग्रंथांचे अभ्यासक, उच्च शिक्षण क्षेत्रातील २४ वर्षे अध्यापनाचा अनुभव. ग्रामीण विकास, सामाजिक क्षेत्र व कृषी क्षेत्राचे अर्थकारण या विषयांवर त्यांचा विशेष अभ्यास व संशोधन आहे. प्रशासकीय कामाचा चांगला अनुभव. अनेक शोधनिबंध व पुस्तके प्रकाशित

- **डॉ. प्रदीप आगलावे :** ज्येष्ठ लेखक आणि विचारवंत. डॉ. बाबासाहेब आंबेडकर चरित्र साधने प्रकाशन समितीचे सदस्य-सचिव. राष्ट्रसंत तुकडोजी महाराज नागपूर विद्यापीठाच्या डॉ. बाबासाहेब आंबेडकर विचारधारा विभागाचे प्राध्यापक आणि विभागप्रमुख म्हणून निवृत्त. समाजशास्त्र विषयात विपुल लेखन. विविध विद्यापीठाच्या अभ्यासक्रमात लेखनाचा समावेश. *'समाजशास्त्र : संकल्पना आणि सिद्धांत,'* *'समाजशास्त्र : विषय आणि संकल्पना,'* *'मूलभूत समाजशास्त्रीय विचार : पाश्चात्त्य आणि भारतीय,'* *'सामाजिक संशोधन : पदवीशास्त्रे व तंत्रे'* हे ग्रंथ प्रसिद्ध. विविध साहित्य आणि सामाजिक चळवळींचे प्रणेते. दीक्षाभूमी स्मारक समितीचे सदस्य.

- **भीमराव सरवदे :** विविध वर्तमानपत्रे, नियतकालिकांमधून सुरुवातीस आंबेडकरी कामगार चळवळीवर व विविध सामाजिक विषयांवर चिंतनपर लेखन. भारतीय आयुर्विमा महामंडळाच्या सेवेतून ३६ वर्षे सेवा केल्यानंतर वरिष्ठ शाखा व्यवस्थापक या पदावरून सेवानिवृत्त. त्यांची आजपर्यंत तेरा पुस्तके प्रकाशित झालेली आहेत. याशिवाय अनेक विशेष अंकात,

नियतकालिकांत, संपादित ग्रंथांत, गौरव ग्रंथांत व वृत्तपत्रांत इंग्रजी, हिंदी व मराठी भाषेत दोनशेहून अधिक लेख प्रकाशित.

- **प्रा. डॉ. आदिनाथ इंगोले :** व्याख्याते, विचारवंत, लेखक, गीतकार, कवी. विद्यार्थीदशेत मराठवाडा विद्यापीठ नामांतर आंदोलनातील लाँगमार्चमध्ये सहभाग. त्याबद्दल एक महिना तुरुंगवास. *'पाखंड'* हा कविता संग्रह आणि *'शिकवण भीमाची'* हा गीतसंग्रह प्रसिद्ध. परभणीच्या पूर्णा जिल्ह्यातील श्री गुरू बुद्धिस्वामी महाविद्यालयात १९९२ पासून २०२०पर्यंत राज्यशास्त्र विषयाचे प्राध्यापक.

- **प्रा. स्वाती काटे-तौर :** नांदेड येथील पीपल्स कॉलेजमध्ये समाजशास्त्र विभागप्रमुख म्हणून कार्यरत. *'भारतीय स्त्री आणि स्त्रीवाद,' 'सृजनपंख'* ही पुस्तके प्रकाशित. *'महिला शेतकरी'* याविषयावर विशेष संशोधन. लेखनासाठी बुलढाणा येथील शशिकला आगाशे साहित्य पुरस्कार आणि इचलकरंजी येथील पार्वतीबाई तेलंगे साहित्य पुरस्कार. महिला सबलीकरणाच्या विशेष कार्यासाठी नांदेड येथील कुसुमताई चव्हाण पुरस्कार.

- **प्रा. डॉ. सविता सुमेध कांबळे :** पाली भाषा विचारवंत. राष्ट्रसंत तुकडोजी महाराज नागपूर विद्यापीठाच्या पाली-प्राकृत विभागात प्राध्यापक म्हणून सेवा. *'महान अट्ठकथाकार', 'आचार्य बुद्धदत्त,' 'पाली भाष्यकोश,' 'बुद्धवंस'* ही पुस्तके नागपूर विद्यापीठाच्या एमएच्या अभ्यासक्रमात समाविष्ट. *'दाठावंसो,' 'इतिवृत्तक,' 'गन्ध-वंसो,' 'बुद्ध धम्म संघ,' बुद्ध का धम्मनगर आणि बुद्ध,' 'डॉ. आंबेडकर और बौद्ध संस्कृती'* ही पुस्तकेही प्रकाशित. विविध मासिकांच्या संपादनासह अनेक पुरस्काराने सन्मानित.

- **प्रा. सुशीला मूल-जाधव :** छत्रपती संभाजीनगरच्या डॉ. बाबासाहेब आंबेडकर मराठवाडा विद्यापीठाच्या पाली व बुद्धिझम विभागाच्या माजी विभागप्रमुख, प्रसिद्ध लेखिका, अभ्यासक, संशोधक. दहा पुस्तके प्रकाशित

- **राज कुलकर्णी** : उस्मानाबाद (धाराशिव) येथील प्रसिद्ध विधिज्ञ, दिवंगत पंतप्रधान जवाहरलाल नेहरू यांचे अभ्यासक, इतिहास व पुरातत्व खात्याचे अभ्यासक व संशोधक

- **डॉ. श्रीमंत कोकाटे** : प्रसिद्ध शिवव्याख्याते आहेत. छत्रपती शिवाजी महाराज यांच्या जीवन चरित्रावर त्यांनी डॉक्टरेट मिळविली. पाच विषयांत पोस्ट ग्रॅज्युएशन आणि पाच विषयांत डिप्लोमाचे शिक्षण. आतापर्यंत देश-विदेशांत सुमारे पाच हजार व्याख्याने दिलेली आहेत. सांस्कृतिक लढ्यामध्ये ते सातत्याने अग्रेसर असतात. त्यांची एकूण १४ पुस्तके प्रकाशित आहेत.

- **डॉ. रमेश पांडव** : छत्रपती संभाजीनगर येथील गोपीनाथराव मुंडे राष्ट्रीय ग्रामीण विकास व संशोधन संस्था, डॉ. बाबासाहेब आंबेडकर मराठवाडा विद्यापीठाचे माजी संचालक. राष्ट्रीय स्वयंसेवक संघाचे कार्यकर्ते, पाणलोट क्षेत्र व्यवस्थापनात पीएच.डी., अभियांत्रिकीची पदव्युत्तर पदवी, रूक्री आयआयटीमधून प्राप्त, छत्रपती संभाजीनगरमध्ये प्राध्यापक म्हणून कार्यरत, पर्यावरण, जलसंवर्धन, भारतीय जीवन, योगविद्या ते डॉ. बाबासाहेब आंबेडकर यांचे विचार व कार्य याबाबत मार्गदर्शन. नाशिकच्या दीनदयाल संशोधन केंद्र व योगविद्या गुरुकुल केंद्राची जबाबदारी.

- **पद्माकर उखळीकर** : लेखक आणि मुक्त पत्रकार. मराठी वर्तमानपत्रांमध्ये व मासिकांमधून विविध विषयांवर लेख आणि काव्यरचना प्रसिद्ध. दैनिकांमध्ये विपुल स्तंभ लेखन, विविध विषयांवर लेखातून सर्वसामान्यांचे प्रश्न मांडतात.

www.ingramcontent.com/pod-product-compliance
Lightning Source LLC
LaVergne TN
LVHW091709190726
843493LV00001B/227